AF756624

ഗുരുദേവ കഥ

ഡോ. സി. ഗണേഷ്

പാലക്കാട് സ്വദേശി. കഥ, നോവൽ, പഠനം എന്നീ വിഭാഗങ്ങളിലായി ഇരുപതിലധികം കൃതികൾ. ആലോചന സാഹിത്യ വേദി, അങ്കണം സാഹിത്യ വേദി, തൃശ്ശൂർ സഹൃദയ വേദി, സംസ്കൃതി തുടങ്ങിയവയുടെ പുരസ്കാരങ്ങൾ ലഭിച്ചിട്ടുണ്ട്. കാലടി ശ്രീശങ്കര സംസ്കൃത സർവകലാശാലയിൽ നിന്ന് ഓണത്തെക്കുറിച്ചുള്ള പഠനത്തിന് ഡോക്ടറേറ്റ്. കേരള സാഹിത്യ അക്കാദമിയുടെ സഹായത്തോടെ തോൽപ്പാവക്കൂത്തിനെക്കുറിച്ച് പഠനം നടത്തി. ഇപ്പോൾ തുഞ്ചത്തെഴുത്തച്ഛൻ മലയാള സർവകലാശാലയിൽ ക്രിയേറ്റീവ് റൈറ്റിംഗ് വിഭാഗം അധ്യാപകൻ.

ഫോൺ: 9847789337

ഇ -മെയിൽ: drcganesh01@gmail.com

ഗുരുദേവ കഥ

ലഘു ജീവചരിത്രം

ഡോ. സി. ഗണേഷ്

മാക്സ് ബുക്സ്
2023

Gurudevakadha
By: Dr. C. Ganesh
Malayalam

Published by:-
MAX BOOKS
Maxlive Media Solutions Pvt Ltd.
Muppathiyil Building, Muttambalom Post,
Kanjikuzhy, Kottayam 686 004
maxlivemediasolutions@gmail.com
maxbookskerala@gmail.com
Ph: 90740 98776

Edition:
First Editon July 2023
Copies: 1000

ISBN: 978-93-91085-93-3

പ്രസാധകക്കുറിപ്പ്

ശ്രീനാരായണഗുരുവിനെക്കുറിച്ച് ധാരാളം കൃതികൾ മലയാളത്തിൽ ഉണ്ടായിട്ടുണ്ട് എന്നിരിക്കിലും ഒരു ലഘു വായനയിലൂടെ അദ്ദേഹത്തെ മനസ്സിലാക്കാൻ പറ്റുന്ന ചെറുപുസ്തകങ്ങൾ അധികമില്ല. ആ സന്ദർഭത്തിലാണ് ഗുരുദേവകഥ എന്ന ഈ പുസ്തകം രൂപപ്പെടുന്നത്. അനായാസമായ വായന നൽകുന്നതും, എന്നാൽ ഗുരുദേവ ജീവിതത്തെക്കുറിച്ചും ദർശനങ്ങളെക്കുറിച്ചും ഒരവബോധം സൃഷ്ടിക്കാനും ഉതകുംവിധമാണ് ഈ പുസ്തകം തയ്യാറാക്കിയിരിക്കുന്നത്. ഗുരുദേവസൂക്തങ്ങൾക്കു പ്രാധാന്യം വർദ്ധിക്കുന്ന ഇക്കാലത്ത് ഈ പുസ്തകത്തിന്റെ പ്രസക്തി വർദ്ധിക്കുന്നു.

ആദരവോടെ,

അജീഷ് ചന്ദ്രൻ
മാക്സ് ബുക്സ്, കോട്ടയം.

ഉള്ളടക്കം

1. നാണു എന്ന നാരായണൻ
2. നാണുവാശാൻ
3. ലോകത്തിനായി സമർപ്പണം, അരുവിപ്പുറം
4. ചട്ടമ്പിസ്വാമിയോടൊത്ത്
5. കോട്ടാറിലെ ജന്തുബലി
6. ശ്രീനാരായണ ധർമപരിപാലന സംഘത്തിന്റെ കഥ
7. ആശാനും ഗുരുവും
8. സാമൂഹ്യപരിഷ്കർത്താവ്
9. മൂന്നു പ്രതിഷ്ഠകൾ അഥവാ എന്താകുന്നു പ്രതിഷ്ഠകൾ
10. ജന്തുത ജയിക്കുന്നോ
11. ജന്മദിനാഘോഷം, മുസ്ലിയാർ സംവാദം, ഗൃഹസ്ഥാശ്രമം
12. അദ്വൈതം ടാഗോർ ഗാന്ധി
13. ദളിത് വർഗോദ്ധാരണം
14. ചിന്തിപ്പിക്കുന്ന ജീവിതഫലിതങ്ങൾ
15. ഗുരുസാഹിത്യം
16. മഹാസമാധി

അനുബന്ധം

ആരംഭം

ആധുനികകേരളത്തിന്റെ സ്വാതന്ത്ര്യശബ്ദമാണ് ശ്രീനാരായണ ഗുരു. അക്ഷരാർത്ഥത്തിൽ കേരളത്തിന്റെ മഹാഗുരു.

മലയാളിയുടെ ദേശബോധത്തിന്റെ അതിരുകൾ വികസിപ്പിച്ച ദാർശനികനായിരുന്നു, നാരായണഗുരു. ചിന്തകൻ, വിപ്ലവകാരി, നവോത്ഥാനനായകൻ, കവി, ആധ്യാത്മിക തേജസ്വി, ആത്മീയപ്രഭാവൻ.... വിശേഷണങ്ങളാൽ അവസാനിക്കാത്ത യുഗപുരുഷൻ. ആധുനികമലയാളിയുടെ വ്യക്തിത്വരൂപീകരണത്തിൽ ശ്രീനാരായണഗുരുവിന്റെ തത്ത്വചിന്ത നിർണായകമായ പങ്ക് വഹിച്ചിരിക്കുന്നു. അറിഞ്ഞാലും അറിഞ്ഞാലും തീരാത്ത ജീവിതമായിരുന്നു നാരായണഗുരുവിന്റേത്.

വിദ്യയുടെ വെളിച്ചവും ആത്മബോധത്തിന്റെ ശക്തിയും മലയാളികൾക്കു പകർന്നു നൽകിയ ഗുരുവിനെ 'ബ്രഹ്മമായ് വീണ്ടും' അവതരിച്ചവനായി ആധ്യാത്മികശിഷ്യർ വിശേഷിപ്പിക്കുന്നു. 'ബ്രഹ്മത്തെ അറിഞ്ഞവൻ ബ്രഹ്മം തന്നെ' എന്ന് ഉപനിഷത്ത് പറയുന്നു. സത്യം കണ്ടറിഞ്ഞവനാണ് ഋഷി. ബ്രഹ്മം എന്ന സത്യം സാക്ഷാത്കരിച്ചതിനാലാണ് ഗുരുവിനെ ബ്രഹ്മർഷിയായി കരുതുന്നത്.

രണ്ടാം വ്യാസൻ എന്ന അപരനാമധേയം നാരായണഗുരുവിന് സ്വന്തം. 'ബ്രഹ്മർഷി മുഖ്യനാം വ്യാസൻ തിരുവടി ബ്രഹ്മമായ് വീണ്ടും പിറന്നതാണീ സ്ഥലം' എന്ന് നാരായണഗുരുവിന്റെ ജന്മം കൊണ്ട് സമ്പന്നമായ ചെമ്പഴന്തിയെ കവിഭാവന വിശേഷിപ്പിക്കും വിധം യുഗസ്രഷ്ടാവായി കാലം നാരായണനെ വളർത്തിയെടുത്തു.

കാലഘട്ടം ആവശ്യപ്പെട്ട ഒരു ജനനം.

അതായിരുന്നു നാരായണന്റേത്.

കാലം നമുക്കായി ആ കഥ പറഞ്ഞുതരുന്നു.

ഒന്ന്
നാണു എന്ന നാരായണൻ

നാരായണന്റെ പിതാവ് അരോഗദൃഢഗാത്രനും സുന്ദരനും ശാന്തശീലനും പണ്ഡിതനുമായ അധ്യാപകനായിരുന്നു. ഇദ്ദേഹത്തിന്റെ ജന്മദേശം വർക്കലക്കുസമീപമുള്ള നെടുങ്ങണ്ടമാണെന്നു പറയപ്പെടുന്നു. മാടനാശാൻ എന്നായിരുന്നു പേര്. മാതാവ് കുട്ടിയമ്മ. കുട്ടിക്കാലം മുതൽക്കേ അവർ നല്ല ഈശ്വരഭക്തയായിരുന്നു. സാത്ത്വികഗുണം തികഞ്ഞ ഒരു മഹതിയായിരുന്നു അവർ.

കൊല്ലവർഷം 1031-മാണ്ട് ചിങ്ങമാസം 14 നു ചതയം നക്ഷത്രത്തിൽ പുലർച്ചെയാണ് നാരായണന്റെ ജനനം. 1855 ആഗസ്റ്റ് 18ന് ചെമ്പഴന്തിയിൽ.

ജനിച്ച വീടിനെ വീടെന്നു പറയാനാവില്ല. രണ്ടുമുറിയും ഒരിടനാഴിയും മാത്രം.

ഓടിക്കളിക്കാൻ തുടങ്ങിയതോടെ എല്ലാ കുസൃതിത്തരങ്ങളുടേയും ശില്പിയായി നാണു മാറുകയായിരുന്നു. ജാതിവ്യത്യാസം പ്രബലമായി നിലനിന്ന കാലമായിരുന്നു... ജാതിക്കോമരങ്ങൾ ഉറഞ്ഞു തുള്ളുന്ന ഫ്യൂഡൽ കാലഘട്ടം... വിവേകാനന്ദൻ കേരളത്തെ ഭ്രാന്താലയമെന്നു വിളിച്ചു കഴിഞ്ഞതേയുണ്ടായിരുന്നുള്ളൂ. നാണുവിന്റെ ഒരു ശീലം ജാതിഭേദം നോക്കാതെ എല്ലാ വിഭാഗം കുട്ടികളോടും ചേർന്ന് കളിക്കുകയെന്നതായിരുന്നു. അല്ലെങ്കിലും കുട്ടികൾക്കെന്ത് ജാതി വ്യത്യാസം? പക്ഷേ ആളുകൾ അതിനെകണ്ടിരുന്നത് അങ്ങനെയല്ലായിരുന്നു. ധിക്കാരമായിട്ടായിരുന്നു. അടക്കവും ഒതുക്കവും അച്ചടക്കവുമില്ലാത്തവനായി നാണു മുദ്രകുത്തപ്പെട്ടു.

പുലയസമുദായത്തിൽപ്പെട്ടവർ അന്ന് കൊടിയ പീഡനങ്ങൾ ഏറ്റുവാങ്ങുന്നുണ്ടായിരുന്നു. ജാതിശ്രേണിയിൽ താഴേക്ക് മാറ്റി നിർത്തി അവരുടെ അവകാശങ്ങളും ആശയാഭിലാഷങ്ങളും ചവിട്ടിയരക്കപ്പെട്ടുകൊണ്ടിരുന്നു.

പുലയർ മറ്റു സമുദായങ്ങളോടൊത്ത് നടക്കുന്നതും വീട്ടിൽ പ്രവേശിക്കുന്നതും ആഹാരംകഴിക്കുന്നതും നിരോധിക്കപ്പെട്ടിരുന്നു.

കുട്ടിക്കാലത്ത് ഇത് ഏറെക്കണ്ട നാണു, പുലയ സമുദായത്തിലും കുറവ സമുദായത്തിലും പെട്ട കുട്ടികളെ വീട്ടിൽ വിളിച്ചുകൊണ്ടു വന്ന് ആഹാരം കൊടുത്തു. അത് നാട്ടിലെ പ്രമാണിമാരെ ചൊടിപ്പിച്ചു. നാണു എന്ന പയ്യൻ നിഷേധിയാണെന്നും അവനു ദൈവം വലിയ ശിക്ഷ നൽകുമെന്നു വരെ പ്രചരിപ്പിച്ചു. ആയിടെ കുളിക്കാതെയും ശുചിത്വമില്ലാതെയും അലഞ്ഞ ഒരു പുലയക്കുട്ടിയെ വീട്ടിൽ വിളിച്ചുകൊണ്ടുവന്നു കുളിപ്പിക്കുകയും വൃത്തിയായി നടക്കാനുപദേശിക്കുകയും ചെയ്തതോടെ നാണുവിന്റെ മാതാപിതാക്കളോട് നാട്ടുകാർ 'മകന്റെ പോക്കത്ര ശരിയല്ലെ'ന്ന് പരാതി പറഞ്ഞു. 'മകനെ ശ്രദ്ധിച്ചോളാമെന്നും വേണ്ടിവന്നാൽ ശാസിക്കാ'മെന്നും മാതാപിതാക്കൾ മറുപടി പറഞ്ഞു.

കൊച്ചുകൊച്ചു വികൃതികളും നാണുവിനു സ്വന്തമായിരുന്നു. പൂജയ്ക്ക് ഒരുക്കി വെയ്ക്കുന്ന കൽക്കണ്ടം, ശർക്കര, മുന്തിരി, പഴം, കരിക്ക് മുതലായ സാധനങ്ങൾ ആരുമറിയാതെ ഭക്ഷിക്കുക, അത് കൂട്ടുകാർക്ക് എടുത്തുകൊടുക്കുക തുടങ്ങിയ പ്രവൃത്തികൾ കുടുംബക്കാർക്ക് ഇഷ്ടമായിരുന്നില്ല. എന്നാൽ പിടിക്കപ്പെടുമ്പോൾ നാണു വല്ലാത്ത ചിരി ചിരിക്കുമായിരുന്നു. നിഷ്കളങ്കതയുടെ ചിരി. ആ പുഞ്ചിരി കാണുമ്പോൾ രക്ഷിതാക്കൾക്ക് തിരിച്ചൊന്നും പറയാൻ കഴിയുമായിരുന്നില്ല.

സമൂഹത്തിൽനിന്നും ഒറ്റപ്പെട്ടവരായിരുന്നു അന്നത്തെ കുഷ്ഠരോഗികൾ. കുഷ്ഠരോഗികളെ ചെന്നുതൊടുക, അവർക്ക് ആഹാരം കൊണ്ടുകൊടുക്കുക, അവരെ പരിചരിക്കുക എന്നിവ ആരെയും ഭയപ്പെടാതെയും യാതൊരു കൂസലില്ലാതെയും നാണു ചെയ്തുകൊണ്ടിരുന്നു. നാണുവിന്റെ ഇത്തരം പ്രവർത്തികൾ വീട്ടുകാരെ വ്യാകുലചിത്തരാക്കി. സാധാരണ കുട്ടികളുടേതിൽ നിന്ന് വിഭിന്നമായ പ്രവർത്തികൾ വീട്ടുകാരെ ഭയചകിതരും വിസ്മയാധീനരുമാക്കി.

നാണുവിന് അഞ്ചുവയസ്സായി. ശരത്കാലത്തിന്റെ ആരംഭം. നാണുവിനെ വീടിന്റെ പരിസരത്തൊന്നും കാണുന്നില്ല. മാതാപിതാക്കൾ ഭയവിഹ്വലരായി. അയൽ വീട്ടുകാരും പരിഭ്രാന്തരായി. എല്ലാവരും ചേർന്ന് അന്വേഷണമാരംഭിച്ചു. ബന്ധുവീടുകളിലെവിടെയെങ്കിലും ചെന്നിരിക്കുമെന്നു കരുതി, ബന്ധുഗൃഹങ്ങളിൽ പരതി. ഇല്ല, അവിടെയുമെത്തിയിട്ടില്ല. അന്വേഷിച്ചു പോയവരെല്ലാം അന്തംവിട്ടുനിൽക്കെ അതാ നാണുവരുന്നു. പടിഞ്ഞാറുഭാഗത്തുള്ള വനത്തിന്റെ മധ്യത്തിൽ നിൽക്കുന്ന ഊക്കൻ മരത്തിന്റെ

ചുവട്ടിൽ പ്രാർത്ഥനാനിരതനായി കണ്ണടച്ചിരിക്കുകയായിരുന്നു അവൻ. താപസജന്മത്തിന്റെ തുടക്കമായിരുന്നോ അത്? ആണെന്നു വേണം വിചാരിക്കാൻ.

അതേ വർഷം തന്നെ നാണുവിനെ എഴുത്തിനിരുത്തി. വീട്ടിലിരുന്നായിരുന്നു ആദ്യകാല പഠനം. ബന്ധുക്കളിൽ പണ്ഡിതരും പ്രതിഭാശാലികളും ഉണ്ടായിരുന്നതുകൊണ്ട് ഗുരുക്കന്മാർ പലരായിരുന്നു. ഗുരു പറയുന്നതിന് മുൻപ് നാണു അതു ഗ്രഹിക്കുകയും അക്ഷരങ്ങൾ വടിവൊത്തരീതിയിൽ എഴുതിക്കഴിയുകയും ചെയ്യും. അത്ഭുതാവഹമായ ഈ കഴിവ് ഗുരുക്കന്മാർ അംഗീകരിക്കുകയും അഭിനന്ദിക്കുകയും ചെയ്തു. അനിതരസാധാരണമായ ബുദ്ധിവൈഭവം നാണു പ്രദർശിക്കുമായിരുന്നു. കുടുംബത്തിൽനിന്നും കിട്ടിയ വിദ്യാഭ്യാസാടിത്തറയുമായി നാണു കുടിപ്പള്ളിക്കൂടത്തിലെത്തി. നെല്ലൂർ എന്ന കുടിപ്പള്ളിക്കൂടത്തിലെ അധ്യാപകൻ മാടാനാശാനായിരുന്നു. നാണു ആദ്യപാഠം പഠിച്ചതിവിടെനിന്നാണ്. തുടർന്ന് സംസ്കൃത വിദ്യാഭ്യാസത്തിനായി കണ്ണങ്കരവീട്ടിലെത്തി. അവിടെ പണ്ഡിതരും വിദ്വാൻമാരും ഉണ്ടായിരുന്നവരെല്ലാം കുറഞ്ഞ ദിവസം കൊണ്ടുതന്നെ നാണുവിന്റെ ഗുണങ്ങൾ മനസ്സിലാക്കി. ഈ പയ്യൻ ലോകാരാദ്ധ്യനാവും എന്ന കണ്ണങ്കര ഗുരുവിന്റെ പ്രവചനം പിന്നീട് സത്യമായിതീർന്നു.

കണ്ണങ്കരവീട്ടിലെ വിദ്യഭ്യാസത്തിനു ശേഷം കായംകുളത്തെ വാരണപ്പള്ളി തറവാട്ടിൽ തുടർപഠനത്തിനു ചേർന്നു. കുമ്മമ്പള്ളി രാമൻപിള്ള ആശാനായിരുന്നു കുട്ടികളെ പഠിപ്പിച്ചിരുന്നത്. നാടിന്റെ നാനാഭാഗങ്ങളിൽ നിന്നും വിദ്യ അഭ്യസിക്കാൻ അവിടെ കുട്ടികളെത്തുമായിരുന്നു. സംസ്കൃതത്തിന്റെ ഉപരിപഠനമാണ് നടത്തിയിരുന്നത്. നാണുവിന്റെ ബുദ്ധിയും സാമർത്ഥ്യവും കുമ്മമ്പള്ളിക്കു വിസ്മയമായി. വാരണപ്പള്ളിയിലെ വിദ്യാഭ്യാസ കാലത്തു നാണു വേറിട്ട വിദ്യാർത്ഥിയായി പേരെടുത്തു. ഗുരുപാഠങ്ങൾ അന്നന്നുതന്നെ പഠിക്കുകയും സംശയങ്ങൾ ഉടനെ ദൂരീകരിക്കുകയും ചെയ്തു. മറ്റു വിദ്യാർത്ഥികളിൽ നിന്ന് വ്യത്യസ്തമായി കഴിയുന്നതും ഒറ്റക്കു യാത്ര ചെയുക, മറ്റുള്ളവർക്ക് അസുഖമുണ്ടാക്കുന്ന ഒരുവാക്കും ഉച്ചരിക്കാതിരിക്കുക തുടങ്ങിയ സ്വഭാവവിശേഷങ്ങളും നാണു പ്രകടിപ്പിച്ചു. കുഷ്ഠരോഗികളോട് അനുകമ്പയോടെ പെരുമാറുകയും ഒഴിവ് കിട്ടുമ്പോൾ അവരെ പരിചരിക്കുകയും ചെയ്തു. അനുകമ്പയെ അടിസ്ഥാനമാക്കിയുള്ളതാണ് നാണുവിന്റെ ജീവിതമെന്ന് അന്നേ ചുറ്റുവട്ടത്തുള്ളവർ മനസ്സിലാക്കി.

വാരണപ്പളിയിലെ വിദ്യാഭ്യാസകാലത്ത് നടന്ന ഒരു സംഭവം നാരായണനിലുണ്ടായിരുന്ന ഹൃദയനൈർമല്യം വിളിച്ചോതുന്നു. വാരണപ്പള്ളിയിൽ രണ്ട് പട്ടികളെ വളർത്തിയിരുന്നു. ഒന്നു വളരെ വലുതും ബലിഷ്ഠനും മറ്റേത് ചെറുതും വൃത്തികെട്ടവനുമായിരുന്നു. നാണു ഊണു കഴിച്ച ശേഷം കുറച്ചു ചോറ് പട്ടിക്ക് കൊടുക്കുക പതിവായിരുന്നു. ചിലപ്പോൾ വലിയ പട്ടി മണം പിടിച്ച് എവിടെ നിന്നെങ്കിലും പാഞ്ഞെത്തി ചെറിയ ജീവിയെ കടിച്ചോടിച്ച് ചോറു മുഴുവൻ തിന്നുകളയും. ചെറിയ പട്ടി വേദനിച്ച് നിലവിളിക്കുമ്പോൾ നാണു വലിയ പട്ടിയെ അടിച്ചോടിക്കാതെ ചെറിയ പട്ടിയെ നോക്കി വളരെ നേരം വിഷാദിച്ചു നിൽക്കുകയാണ് ചെയ്യുക. 'അതിന്റെ ഹൃദയം ചീത്തയാണ് നാം എന്ത് ചെയ്യും' എന്ന് മൃദുവായി പറയുകയാണ് നാണു. വേദനിക്കുന്ന ഒന്നിനെ സഹായിക്കാൻവേണ്ടി മറ്റൊന്നിനെ വേദനിപ്പിക്കാൻ ഗുരു തയ്യാറല്ല. ഹൃദയത്തിൽ അപൂർവ്വമായി മാത്രം കാണാൻ കഴിയുന്ന നൈർമല്യമാണ് നാണുവിന്റെ കുഞ്ഞുമനസ്സിലുണ്ടായിരുന്നത് എന്നാണിതു തെളിയിക്കുന്നത്. സാത്വിക ഭാവം വെടിയാത്ത പെരുമാറ്റത്താൽ നാണു എല്ലാവരുടേയും ഹൃദയം കവർന്നു.

അങ്ങനെ നാണുവിന്റെ വിദ്യാഭ്യാസകാലം അവസാനിച്ചു. സ്വദേശമായ ചെമ്പഴന്തിയിലേക്ക് അദ്ദേഹം മടങ്ങി. മേട എന്ന സ്ഥലത്ത് അധ്യാപകവൃത്തി ആരംഭിക്കുകയും ചെയ്തു. അധ്യാപകവൃത്തി ആരംഭിച്ചതോടെ നാണു ആശാനായി. കുട്ടികളെ പഠിപ്പിക്കുന്നതിൽ നാണുവാശാന് സ്വതസിദ്ധമായ ശൈലി ഉണ്ടായിരുന്നു. കുട്ടികളുടെ മസ്തിഷ്കത്തെയല്ല മനസ്സിനെയാണ് അദ്ദേഹം വിജ്ഞാനത്താൽ പ്രകാശഭരിതമാക്കിയിരുന്നത്. അധ്യാപകസമയം കഴിഞ്ഞാൽ ദൂരെ ശാന്തസുന്ദരമായ സ്ഥലങ്ങളിൽ ചെന്നിരിക്കുകയാണ് നാണുവാശാന്റെ പതിവ്. സന്യാസത്തിന്റെ പടികൾ ചവിട്ടിത്തുടങ്ങുകയായിരുന്നു അദ്ദേഹമെന്ന് ഇന്ന് തിരിഞ്ഞ് നോക്കുമ്പോൾ മനസ്സിലാകും. അങ്ങകലെ ചക്രവാളത്തിലേക്ക് കണ്ണും നട്ടിരിക്കുന്ന നാണു ആശാൻ അങ്ങേ ചക്രവാളം മുതൽ ഇങ്ങുവരേയുള്ള ലോകം മാറ്റി പണിയേണ്ടതുണ്ടെന്നും അതിനായി ഞാനിതാ തുനിഞ്ഞിറങ്ങുന്നുവെന്നും മനസ്സിൽ മന്ത്രിക്കുകയായിരുന്നോ?

ꣻ

രണ്ട്
നാണുവാശാൻ

നാണുവാശാൻ സന്യാസിയായിത്തീരുമെന്ന് വീട്ടുകാർ സംശയിച്ചു. അവരുടെ സംശയം ബന്ധുക്കൾ ശരിവെച്ചു. 'അതിനൊരു പോംവഴിയുണ്ട്' ബന്ധുക്കളിലൊരാൾ പറഞ്ഞു, ഒരു വേളി കഴിപ്പിച്ചാൽ എല്ലാം ശരിയാവും.' അത് ശരിയാണെന്നും നാണുവാശാനെ ലൗകിക ജീവിതത്തിലേക്ക് തിരിക്കാൻ അത് ഉത്തമമാർഗ്ഗമാണെന്നും അല്പബുദ്ധികളായ അവർ തീരുമാനിച്ചു. അവരെ കുറ്റം പറഞ്ഞിട്ടുകാര്യമില്ല. അതൊരു നാട്ടുനടപ്പായിരുന്നു. എന്നാൽ എല്ലാ നടപ്പുശീലങ്ങൾക്കപ്പുറത്തായിരുന്നു നാണുവാശാന്റെ ഇച്ഛാശക്തിയെന്ന് തിരിച്ചറിയാനവർ വൈകിയെന്നു മാത്രം. ഒടുവിൽ നാണുവാശാന്റെ അറിവോ, സമ്മതമോകൂടാതെ ഒരു യുവതിയുമായി വേളികഴിപ്പിക്കാൻ ധാരണയായി. വിവാഹത്തിനു മദ്ധ്യസ്ഥനായി പ്രവർത്തിച്ചത് ക്ഷുരകസമുദായത്തിൽപെട്ട ഒരാളായിരുന്നു. വയൽവാരത്തു കുടുംബത്തിൽപ്പെട്ട വൈദ്യൻ നെടുങ്ങണ്ട ഉടയാന്റെ മകൾ കാളിയമ്മയെയാണ് പുടവകൊടുത്തു വിളിച്ചുകൊണ്ടുവരാൻ നാണു ആശാന്റെ ആൾക്കാർ തീരുമാനിച്ചത്. വരന്റെ സഹോദരി ചെന്നു പുടവകൊടുത്തു പെൺകുട്ടിയെ വിളിച്ചുകൊണ്ട് പോരുന്നതായിരുന്നു ചടങ്ങ്. ആ പതിവനുസരിച്ച് നാണു ആശാന്റെ സഹോദരി, ബന്ധുജനങ്ങളുടെ ആഗ്രഹപ്രകാരം വിഷഹാരി വൈദ്യന്റെ മകൾക്ക് പുടവ നൽകി വിളിച്ചുകൊണ്ടുവന്നു. നാണുവാശാൻ ആകെ ഞെട്ടിപ്പോയി. മനസ്സിൽ ഒരിക്കലും ആഗ്രഹിക്കാത്ത കാര്യം. തന്റെ അറിവോ സമ്മതമോ ഇല്ലാതെ വേളി കഴിച്ചവനായി തന്നെ മാറ്റിയിരിക്കുകയാണ്. നാണുവാശാന് സത്യത്തിൽ വിശ്വസിക്കാൻ പോലും ആയില്ല... അന്ന് വൈകുന്നേരമായതോടെ നാണുവാശാൻ സ്വയം അപ്രത്യക്ഷനായി. അതൊരു വലിയവാർത്തയായി. ഒന്നു രണ്ടു ദിവസം കഴിഞ്ഞേ നാണു ആശാൻ വീട്ടിൽ

മടങ്ങിയെത്തിയുള്ളൂ. ലൗകികജീവിതത്തിലേക്ക് നാണുവാശാനെ വലിച്ചിഴക്കാനുള്ള ബന്ധുക്കളുടെ ശ്രമം അങ്ങനെയാണ് വിഫലമായിപ്പോയത്. നാണുവിന്റെ കുടുംബത്തിൽപ്പെട്ട വാസുദേവൻ എന്ന കവി ഇതേക്കുറിച്ച് എഴുതിയിട്ടുണ്ട്:

'സ്വാമികൾ തന്നുടെ സന്യാസ ജീവിതം
സാമ്പ്രതം കണ്ടിട്ടു മാതുലനും
ദാമ്പത്യബന്ധത്തിൽ ബന്ധിപ്പിച്ചാൾ സ്വാമിയെ
ബന്ധത്തെ ഛേദിച്ചാൻ ദേവനപ്പോൾ.'

വേളിയ്ക്കായി നാണുവാശാനെ പ്രേരിപ്പിച്ചത് മാതുലനാണെന്നാണ് ഈ വരികൾ സൂചിപ്പിക്കുന്നത്. നാടും വീടും വിട്ട നാണു ആശാൻ അലഞ്ഞ് തിരിയുകയായിരുന്നു. ഏകാന്തമായ ഇടങ്ങൾ തേടിയുള്ള അന്വേഷണമായാണ് ആ യാത്ര അറിയപ്പെടുന്നത്. അല്ലാതെ ജീവിതത്തിൽ നിന്നുള്ള ഒളിച്ചോട്ടമല്ല. ഏകാന്തമായ സ്ഥലങ്ങളിൽ നിന്നുമാത്രം ശാന്തത അനുഭവിച്ചിരുന്ന ഒരു യുവാവിന്റെ ആത്മീയാന്വേഷണ യാത്രയുടെ തുടക്കമായിരുന്നു അത്. ആന്തരികമായ പുരോഗതി ഒന്നിനു വേണ്ടി മാത്രമുള്ള അന്വേഷണ യാത്രയായിരുന്നു. ദക്ഷിണേന്ത്യയുടെ പല ഭാഗങ്ങളിലുമായി അദ്ദേഹം അലഞ്ഞുനടന്നു. വൃക്ഷച്ചുവട്ടിൽ വിശ്രമം. ക്ഷേത്രാലയങ്ങളിൽ ശരണം. ആര് ആഹാരം കൊടുത്താലും കഴിക്കും. ആരോടും ഒന്നും എതിർത്തുപറയുകയില്ല. കന്നുകാലികൾക്കു കഴിക്കാനായി കൽതൊട്ടികളിൽ കലക്കി വെച്ചിരുന്ന കാടിവറ്റുപോലും ഈ യാത്രയിൽ എടുത്തു കഴിച്ചിരുന്നുവത്രെ. തെരുവുകളിൽ അലഞ്ഞു തിരിഞ്ഞ നാണുവാശാൻ ഭ്രാന്തനാണോ എന്നുപോലും ആളുകൾ സംശയിച്ചു. അടിച്ചോടിക്കണമെന്നാഗ്രഹിച്ച് അദ്ദേഹത്തിന്റെ അടുത്തെത്തിയ പലർക്കും അതിനു കഴിയാതെയായി എന്നു കഥകൾ ഉണ്ട്. ഏതായാലും താൻ ജീവിക്കുന്ന ലോകത്ത് നടക്കുന്ന കാര്യങ്ങളെക്കുറിച്ചോ ദാഹം, വിശപ്പ് തുടങ്ങിയ ശാരീരികാവശ്യങ്ങളെക്കുറിച്ചോ ചിന്തിക്കാതെ അത്യുൽക്കടമായ ആധ്യാത്മിക-ആത്മീയ ചിന്തകളിൽ മുഴുകിയലയുകയായിരുന്നു അദ്ദേഹം. ദിവസങ്ങൾ കടന്ന് പോകുകയായിരുന്നു. അങ്ങനെ അവധൂതനായി അലഞ്ഞ ദിനങ്ങളിലൊന്നിലാണ് കുഞ്ഞൻപിള്ള ചട്ടമ്പി എന്ന മനുഷ്യനെ നാണു പരിചയപ്പെടുന്നത്. അതൊരു ചരിത്രപരമായ കൂടിക്കാഴ്ച്ചയായിരുന്നു. ചട്ടമ്പിസ്വാമികളെന്ന് കേരള ചരിത്രം പിന്നീട് വിളിച്ച മഹത് വ്യക്തിത്വമായിരുന്നു അത്. കേവലം അവധൂതനെന്ന അവസ്ഥയിൽ നിന്ന് മാറി ലക്ഷ്യബോധത്തോടെ

പ്രവർത്തിക്കുന്ന സന്യാസിവര്യനാവാൻ എന്തുകൊണ്ടും യോഗ്യനാണ് നാണുവാശാനെന്ന് വൈകാതെ ദേശവാസികൾക്ക് ബോധ്യമായി. നാണുവാശാനെ നാണു സന്യാസി എന്ന് വിളിക്കാനിപ്പോൾ നാട്ടുകാർക്ക് മടിയില്ലാതായി. സതീർത്ഥ്യനായ വെളുത്തേരി ഒരു പടികൂടി കടന്ന് നാണു സന്യാസിയെ ഗുരു എന്ന് ആദ്യമായി സംബോധനചെയ്യുകയും ചെയ്തു.

നാണുവാശാൻ ഇടക്കാലത്ത് ഗുരുവായി സ്വീകരിച്ച ഒരാളെക്കുറിച്ച് പ്രത്യേകം പരാമർശിക്കണം. കാശ്യപഗോത്രജനായിപ്പിറന്ന് ആയില്യം തിരുനാളിന്റെ റസിഡൻസിയിൽ സൂപ്രണ്ടുദ്യോഗം ചെയ്തിരുന്ന തൈക്കാട്ട് അയ്യാവ് ആണ് ആ ഗുരു. അനേകം സിദ്ധികളുണ്ടായിരുന്ന അയ്യാവിന്റെ ആധ്യാത്മിക പ്രഭാവം നാട്ടിൽ പ്രചാരമായിരുന്നു. സിദ്ധവൈഭവമുള്ള വ്യക്തി എന്നനിലയിലും സന്യാസിപരമ്പരയുടെ ജ്ഞാനത്തെ പുതുവെളിച്ചത്തിൽ കാണുന്ന വ്യക്തി എന്നനിലയിലും അറിയപ്പെട്ടിരുന്ന അയ്യാവിന്റെ ശിഷ്യനായി നാണുവാശാൻ കൂടി. കൃത്യമായി എത്രനാൾ ഒന്നിച്ച് കഴിഞ്ഞുവെന്ന് രേഖപ്പെടുത്തപ്പെട്ടിട്ടില്ല. എങ്കിലും അയ്യാവിന്റെ അനുഗ്രഹാശിസ്സുകൾ നാണുവാശാന്റെ വ്യക്തിത്വത്തെ രൂപപ്പെടുത്തുന്നതിൽ നിർണായകമായിരുന്നിട്ടുണ്ട്.

അയ്യാസ്വാമിയുടെ അനുഗ്രഹാശിസ്സുകളോടെ നാണുവാശാൻ മരുത്വാമലയിലേക്ക് പോയി. അതൊരു പോക്കുതന്നെയായിരുന്നു. കാരണം നാരായണഗുരുവിന്റെ ബോധോദയം മരുത്വാമലയിൽ വച്ചാണെന്നു വിശ്വസിക്കപ്പെടുന്നു. പ്രസിദ്ധപട്ടണമായ നാഗർകോവിലിനടുത്താണ് മരുത്വാമല. ഇവിടെ നിന്നും അടുത്താണ് കന്യാകുമാരി. പശ്ചിമഘട്ടത്തിന്റെ ഭാഗമായ മരുത്വാമല പ്രകൃതി സുന്ദരമെന്നതിനെക്കാൾ പ്രകൃതി ഗൗരവം നിറഞ്ഞ് നിൽക്കുന്ന പ്രദേശമായിരുന്നു. പാറക്കെട്ടുകളുടെ സങ്കേതം അവിടെയാണ് നാണുവാശാൻ ധ്യാനത്തിനായി തെരഞ്ഞെടുത്തത്. പുറകിൽ കരിമ്പനകളുടെ നിര, അവക്കിടയിൽ വളർന്നു നിൽക്കുന്ന കുറ്റിച്ചെടികളുടെ പച്ചപ്പൊതിരുകൾ. വന്യമൃഗങ്ങൾ ഒറ്റക്കും തെറ്റക്കുമായി എത്തിനോക്കുന്ന പ്രദേശം പാറക്കെട്ടുകളുടെ ഒരുയർന്ന ഭാഗത്തുള്ള ഗുഹയിൽ കയറിയിരുന്നു നാണുവാശാൻ. അഗസ്ത്യമുനിയുടെ പാദസ്പർശം കൊണ്ട് പുണ്യം നേടിയ മരുത്വാമലയിൽ 'പിള്ളത്തട'മെന്ന ഗുഹയിൽ ധ്യാനനിരതനായി നാണുവാശാൻ. ഭാവി ലോകത്തിനു വേണ്ടിയുള്ള ധ്യാനമായിരുന്നു അത്. വിശാലമായ ഗുഹ, സമുദ്രത്തിനഭിമുഖമായതിനാൽ അകത്ത് മന്ത്രമുഖരി

തമായ ഇമ്പമാണെപ്പോഴും. ശുദ്ധവായു. വന്യമായ കാറ്റ് അകത്തേക്ക് കടക്കുകയില്ല. മണലിൽ വിരിച്ച ദർഭ. അവിടെവെച്ച് നാണുവാശാൻ നാരായണഗുരുവാകുന്നു. നാരായണഗുരുവെന്ന ആധുനിക വിപ്ലവകാരിയെ കേരളം ആവശ്യപ്പെടുന്നുവന്ന് മനസ്സിലാക്കുന്നു. 'ഒരുപാടു കാര്യങ്ങൾ ഈ ലോകത്ത് ചെയ്യാനാണ് താൻ വന്നിരിക്കുന്നത്. ഒഴിഞ്ഞ ജീവിതമല്ലേ, നിറഞ്ഞ കുംഭമായി മാനവസമൂഹത്തിൽ പ്രവർത്തിക്കണം, അതിനുള്ള കാൽവെപ്പാണിത്. ഈ മരുത്വമല എന്നെ അനുഗ്രഹിക്കും, എനിക്ക് വഴികാട്ടിയാകും'. വനത്തിൽ നിന്നും ലഭ്യമായിരുന്ന ഫലവർഗ്ഗങ്ങളും ഔഷധവീര്യമുള്ള പച്ചിലകളും മാത്രമായിരുന്നു ഈ കാലഘട്ടത്തിൽ ഗുരുവിന്റെ ആഹാരം. ശരീരത്തിന്റെ ആഗ്രഹമായിരുന്നില്ലല്ലോ അദ്ദേഹത്തിനു പ്രധാനം. കഠിനമായ തപസ്യയുടെ നാളുകൾ. ബോധത്തിന്റെ തെളിച്ചം.

ഇക്കാലത്താണ് അദ്ദേഹം തമിഴിൽ അറിവു നേടുന്നത്. മലയാളം പോലെത്തന്നെ തമിഴ് അദ്ദേഹത്തിന് കരഗതമായി. അതിനാൽ തന്നെ തമിഴ് സംസ്കാരത്തിലെ ആധാരമുദ്രകൾ വായിച്ചറിഞ്ഞു. വേദാന്തവിഷയകമായി തമിഴിൽ ലഘുവാകൃങ്ങൾ രചിക്കാനും ആരംഭിച്ചു. തിരുക്കുറളും, ഒഴിവിലൊടുക്കവും തമിഴിൽ നിന്ന് മലയാളത്തിലേക്ക് മൊഴിമാറ്റം ചെയ്യാൻ അദ്ദേഹത്തിനു കഴിഞ്ഞു. അസാമാന്യമായ തത്ത്വാവബോധവും ലളിതവും വ്യക്തവുമായ ആവിഷ്കാരവും ഋജുത്വമാർന്ന ഭാഷാശൈലിയും ഇവയിൽ തെളിഞ്ഞുകാണാം.

മരുത്വാമലയിലെ വാസം ഗുരുവിലെ വേദാന്തിയെ ഉണർത്തുകയും ഗ്രന്ഥകാരനെ വളർത്തുകയും ചെയ്തെന്നു നിരീക്ഷിക്കാം. ഇതുപോലെ പ്രതിഭയും ശാസ്ത്രബുദ്ധിയും യുക്തിചിന്തയും അർപ്പണബോധവുമുള്ള ഒരു വേദാന്തിയെ കാണുക പ്രയാസമെന്ന് തമിഴ് പണ്ഡിതൻ സുന്ദരൻ പിള്ള അന്ന് അഭിപ്രായപ്പെട്ടിരുന്നു.

○○

മൂന്ന്
ലോകത്തിനായി സമർപ്പണം, അരുവിപ്പുറം

ഗുരു അരുളി ചെയ്തു. 'ഞാൻ ലോകത്തിനായി സമർപ്പിക്കപ്പെട്ടിരിക്കുന്നു.' മരുത്വാമലയിൽ നിന്ന് പുതിയ മനുഷ്യനായിറങ്ങിയ നാരായണഗുരു അരുവിപ്പുറത്തേക്കാണ് പോയത്. കല്ലും, മുള്ളും, മേടും നിറഞ്ഞ മറ്റൊരു പ്രദേശമായിരുന്നു അരുവിപ്പുറം. വന്യമൃഗങ്ങൾ സ്വൈരവിഹാരം നടത്തിയിരുന്ന അപകടസ്ഥലം കൂടിയായിരുന്നു അത്. ആകെയുള്ള ആശ്വാസം പാറക്കൂട്ടങ്ങൾക്കിടയിലൂടെ നെയ്യാർ ഒഴുകിവരുന്നത് മാത്രമാണ്. ഗുരുദേവന് അത് മതിയായിരുന്നു. നദിയുടെ മടിത്തട്ടിൽ കുറച്ചുനേരം ഇരിക്കണം, സ്വയം സംസാരിക്കണം, അതിൽ നിന്ന് ലഭിക്കുന്ന ഉത്തരത്തിനനുസരിച്ച് പ്രവർത്തിക്കണം. ചിലതൊക്കെ തീരുമാനിച്ചിട്ടുണ്ട് ഗുരുദേവൻ. അരുവിപ്പുറത്തെ പുഴയുടെ രണ്ടുവശത്തായി ഉയർന്ന് പൊങ്ങി ശീതളച്ഛായ നൽകുന്ന വൻമരങ്ങളും, പലകുന്നുകളുമുണ്ടെങ്കിലും കയറിപ്പോകാൻ പ്രയാസമുള്ള കുന്നുകയറി അൽപസമയം നിശ്ശബ്ദനായി ഇരിക്കുകയാണ് ഗുരു ആദ്യം ചെയ്തത്. യോഗികൾക്കും ആത്മീയാനുഭൂതി സ്വന്തമാക്കാൻ വരുന്നവർക്കുമായി സൃഷ്ടിച്ച ഭൂമിയെന്ന് അരുവിപ്പുറത്തെ പറയാം. ജാതി വ്യവസ്ഥയുടെ രൂക്ഷതയായിരുന്നു ആ മനസ്സിൽ. സമൂഹം സൃഷ്ടിച്ച മതിലുകൾ ഗുരുവിനെ ആകുലപ്പെടുത്തുകയായിരുന്നു. ബ്രാഹ്മണ മേധാവിത്വത്തിന്റെ സവർണാധിപത്യം എത്രമേൽ മനുഷ്യത്വഹീനമാണെന്ന് ചിന്തിച്ച് ദുഃഖിക്കുകയായിരുന്നു ഗുരു. താഴ്ന്ന ജാതിക്കാർ എന്ന ഒരു സമൂഹം തന്നെ ബ്രാഹ്മണ വ്യവസ്ഥ സൃഷ്ടിച്ചെടുത്തിരുന്നു. താഴ്ന്ന ജാതിക്കാർ എന്നു മുദ്രകുത്തപ്പെട്ടവർക്ക് ദൈവങ്ങളെ ആരാധിക്കാൻ വരെ അവകാശമില്ല. അസ്വാതന്ത്ര്യത്തിന്റെയും, അവകാശ നിഷേധത്തിന്റെയും വലിയകോട്ടയിൽ അകപ്പെട്ടുകഴിഞ്ഞ സമൂഹം, ആരാണിവരെ രക്ഷിക്കുക? ഏത് ദൈവപുത്രനാ

ണ് അശരണർക്കായി സംസാരിക്കുക? ജാതിശ്രേണിയിൽ താഴേക്ക് മാറ്റി നിർത്തപ്പെട്ടവർക്ക് മാടൻ, മറുത തുടങ്ങിയ ദൈവങ്ങളെ മാത്രമേ ആരാധിക്കാൻ പാടൂ, ഇത് ശരിയോ? ആദ്യം മാറ്റമുണ്ടാവേണ്ടത് ആരാധനാസ്വാതന്ത്ര്യത്തിനാകുന്നു. അതവന്റെ ആത്മീയാവശ്യമാണ്. മുകളിലേക്ക് പറക്കാനും, മുന്നേറാനും അവനെ സഹായിക്കുന്നത് പൊടുന്നനെ ഗുരുവിൽ വെളിച്ചമുണ്ടായി. മനസ്സിൽ തോന്നിയത് ഉടൻ ചെയ്യുക തന്നെ. എന്തിന് നാളേക്കായി കാത്തിരിക്കണം? ഇന്ന് ചെയ്യാനുള്ളത് ഇന്നുതന്നെ ചെയ്യുക. സാധാരണക്കാർക്കായി, ഈഴവർക്കായി ഒരു ദൈവമുണ്ടാകണം. നിലവിലെ പരിസ്ഥിതിയിൽ മാറ്റമുണ്ടാവണം, മാറ്റമുണ്ടാക്കണം. അരുവിപ്പുറം ആരാധനാ സ്ഥലമായി മാറാൻ പോവുകയാണ്.

1888. അന്ന് പുഴയിൽ കുളിച്ചിറങ്ങി വന്ന ഗുരുവിന്റെ കൈയിൽ ശിവലിംഗാകൃതിയിൽ ഒരു ശിലയുണ്ടായിരുന്നു. ആ രാത്രിയിൽ ചെറിയ ആൾക്കൂട്ടത്തെ മുൻനിർത്തി അതദ്ദേഹം അവിടെ പ്രതിഷ്ഠിച്ചു. കേരളീയ നവോത്ഥാനത്തിലെ അത്യുജ്വലമായ ഈ ചരിത്രനിമിഷത്തെ കുമാരനാശാൻ ഇങ്ങനെ ഓർമിക്കുന്നു:

'1603-മാണ്ടത്തെ ശിവരാത്രി സമീപിച്ചാണ് സ്വാമിയുടെ അഭിലാഷം പൂർത്തിയായത്. വിഗ്രഹങ്ങൾ ഉണ്ടാക്കുവാനോ ക്ഷേത്രങ്ങളോ കെട്ടിടങ്ങളോ പണിയുവാനോ ആ കാട്ടുപ്രദേശത്തു യാതൊരു സൗകര്യവും ഉണ്ടായിരുന്നില്ല. സ്വാമി അതൊന്നും ആവശ്യപ്പെട്ടുമില്ല. നദിയുടെ കിഴക്കേതീരത്തുള്ള ഒരു പാറയെ പീഠമാക്കി സങ്കൽപിച്ചു. അതിൻമേൽ ഏതാണ്ടൊരു ശിവലിംഗാകൃതിയിൽ ആറ്റിൽ കിടന്ന ഒരു ശിലാഖണ്ഡമെടുത്ത് ശിവരാത്രി ദിവസം പ്രതിഷ്ഠ നടത്താനാണ് സ്വാമിയുടെ ഭാവം എന്നറിയുകയും അടുത്തുള്ള ജനങ്ങൾ തങ്ങളാൽ കഴിയുന്ന ചില ചെറിയ ഒരുക്കങ്ങൾ അതിനായി ചെയ്യുകയും ചെയ്തു. സ്വാമി ഇരിക്കുന്നതായറിഞ്ഞ് ഏതാനും വ്രതക്കാരും ഭക്തജനങ്ങളും ശിവരാത്രിനാൾ രാത്രി 'ഉറക്കിള'ക്കാനായി അവിടെ കൂടി. പ്രതിഷ്ഠയോടൊപ്പം ഉണ്ടായിരുന്നത് കുറേ പുഷ്പങ്ങളും വിളക്കുകളും നാദസ്വരവായനയും മാത്രമായിരുന്നു. പീഠമായി സങ്കൽപിച്ചിരുന്ന പാറയുടെ മീതെ ഒരു ചെറിയ പന്തൽ കെട്ടിയിരുന്നു. അർദ്ധരാത്രിയോടുകൂടി സ്വാമി സ്നാനം ചെയ്തുവന്ന് അതിനകത്തുകടന്ന് പ്രതിഷ്ഠിക്കാനുള്ള ശിലയെ കൈയിലെടുത്തു ധ്യാനിച്ചുകൊണ്ട് രാത്രി മൂന്നുമണിവരെ ഒരേ നിലയിൽ നിന്നു. സ്വാമിയുടെ തേജോമയമായ മുഖത്ത് ആ സമയം അശ്രുധാരകൾ പ്രവഹിച്ചുകൊണ്ടിരുന്നു.

കാണികൾ ഭക്തിപരവശരായി പഞ്ചാക്ഷരമന്ത്രം ഉച്ചത്തിൽ ജപിച്ച് ഏക മനസ്സോടെ ചുറ്റും നിന്നു. മൂന്നുമണിക്കു ശിലയെ സ്വാമി പീഠത്തിൽ പ്രതിഷ്ഠിച്ച് അഭിഷേകം ചെയ്തു. ആ സമയത്ത് ചില അത്ഭുതങ്ങൾ കണ്ടിട്ടുള്ളതായി പലരും പറയുന്നു. ഇങ്ങനെയാണ് സ്വാമിയുടെ മതസംബന്ധമായ സ്ഥാപനങ്ങളിൽ ആദ്യത്തേതായ അരുവിപ്പുറം ക്ഷേത്രം ആരംഭിച്ചത്.!'

വൈകാതെ അതേസ്ഥലത്ത് മലയാളം പഠിപ്പിക്കാനായി ഒരു വിദ്യാലയവും സ്ഥാപിച്ചു. സംസ്കൃതപഠനത്തിന്റെ വരേണ്യതയെ മലയാളംകൊണ്ട് മറികടക്കാനായി നടത്തിയ ശ്രമമായിരുന്നു അത്. ജാതി വ്യത്യാസമില്ലാതെ വിദ്യാഭ്യാസം ചെയ്യാൻ ഒരു അവസരം മലയാളിക്ക് തുറന്നുകിട്ടിയത് അന്നുമുതലാണ്. ആരേയും ഭയപ്പെടാതെ, ആരേയും കൂസാതെ അത് ചെയ്യാൻ ഒരു നാരായണഗുരു വേണ്ടിവന്നു എന്നിടത്താണ് മഹാത്മാവിന്റെ ജനനത്തിന്റെ യഥാർത്ഥ മഹത്വം.

ഗുരു അരുവിപ്പുറം ഗുഹയിൽ താമസിക്കുന്നുണ്ടെന്നു മനസ്സിലാക്കിയ ജനങ്ങൾ പുഷ്പങ്ങളും ഫലങ്ങളുമായി അദ്ദേഹത്തെ കാണുവാൻ ചെന്നു. എങ്ങനെയാവും ഗുരുദേവൻ പെരുമാറുക എന്ന് ആശങ്കയുണ്ടായിരുന്നു. എന്നാൽ ഹൃദ്യമായാണ് അദ്ദേഹം എതിരേറ്റത്. മാത്രമല്ല ജനങ്ങൾ എല്ലാവരുമായും അൽപസമയം ചെലവഴിക്കാൻ സമയം കണ്ടെത്തുകയും ചെയ്തു. സമ്മാനമായി കിട്ടിയ പുഷ്പങ്ങളും ഫലങ്ങളും അപ്പപ്പോൾ അവിടെകൂടിയവർക്കായി വീതിച്ചുനൽകുക എന്നത് ഗുരുവിന്റെ സ്വഭാവമായിരുന്നു. ഒന്നും നാം സ്വന്തമാക്കി വയ്ക്കുന്നില്ലെന്നും എല്ലാം ഇതുപോലെ മറ്റുള്ളവർക്കായി വിതരണം ചെയ്യുകയാണു വേണ്ടതെന്നും ഗുരു കരുതിയിരിക്കണം. തനിക്കുമുമ്പിൽ വരുന്നവരെ പങ്കിടലിന്റെ ജീവിതപാഠം പഠിപ്പിക്കുകയായിരിക്കണം, ഗുരു. ഗുരുവിന്റെ ജീവിതത്തിലെ മിക്ക ആദർശവും അദ്ദേഹം വിളിച്ചിരുത്തി പഠിപ്പിക്കുകയായിരുന്നില്ല. നിത്യജീവിതത്തിലെ പ്രായോഗികമായ പ്രവർത്തനങ്ങളിലൂടെ ജീവിതത്തിന്റെ വലിയ അർത്ഥം അദ്ദേഹം പഠിപ്പിക്കുന്നു.

അരുവിപ്പുറം പ്രതിഷ്ഠയ്ക്കുശേഷം ഗുരു മുൻപത്തേക്കാൾ കൂടുതൽ നേരം അവിടെ താമസിക്കുക പതിവായി. പ്രതിഷ്ഠയിലേക്ക് ഏറെപ്പേർ ആകർഷിക്കപ്പെട്ടു. ക്ഷേത്രത്തിന്റെ സാന്നിധ്യം ക്രമേണ വർദ്ധിച്ചു. അവിടെ വരുന്ന കാണിക്കകൾ എടുത്തു മുതൽക്കൂട്ടിയും സംഭാവനകൾ പിരിച്ചും പ്രതിഷ്ഠാസ്ഥലത്ത്

ശ്രീകോവിൽ കെട്ടാൻ കഴിഞ്ഞു. ഭക്തന്മാരായ ശിഷ്യരെക്കൊണ്ടു തന്നെ പൂജകൾ ചെയ്യാനുള്ള ഏർപ്പാട് ചെയ്തു. കേരളത്തിന്റെ വിവിധ ഭാഗങ്ങളിൽനിന്ന് ആളുകൾ വന്നുതുടങ്ങി. 'അരുവിപ്പുറം ക്ഷേത്രം' അധഃകൃത ജനതയുടെ ആരാധനാലയം എന്ന നിലയിൽ പേരും ജനസമ്മതിയും ആർജ്ജിക്കാൻ തുടങ്ങി.

ഇക്കാലത്താണ് ഗുരു ശിവശതകം മണിപ്രവാള സ്തോത്രം എഴുതിയത്.

○○

നാല്
ചട്ടമ്പിസ്വാമിയോടൊത്ത്

ഇടക്കാലത്ത് തൈക്കാട് അയ്യാവിന്റെ ശിഷ്യനായി നാരായണഗുരു കഴിഞ്ഞതിനെപ്പറ്റി മുമ്പൊരിടത്ത് സൂചിപ്പിച്ചുവല്ലോ. തൈക്കാട്ട് അയ്യാവിനടുത്തേയ്ക്ക് നാരായണഗുരുവിനെ നയിച്ചത് മറ്റാരുമായിരുന്നില്ല, ചട്ടമ്പിസ്വാമികളായിരുന്നു. ലൗകികജീവിതത്തിൽ താൽപര്യമില്ലാത്തതിനാൽ വീടുവിട്ട് ശാന്തിതേടിയുള്ള അശാന്തമായ യാത്രയ്ക്കിടയിൽ വാമനപുരത്തുവാസിയായ ചട്ടമ്പിസ്വാമികളെ അണിയൂർ ക്ഷേത്രപരിസരത്തുവച്ച് നാരായണൻ കാണുന്നു. ചട്ടമ്പിസ്വാമികളുടെ ആശ്രിതനായിരുന്ന കൊടിപറമ്പിൽ നാരായണപ്പിള്ള നാണുവാശാനെ ചട്ടമ്പിസ്വാമികൾക്ക് പരിചയപ്പെടുത്തിക്കൊടുത്തു. അതൊരു അത്ഭുതപൂർവ്വമായ കൂടിക്കാഴ്ചയായി. ഉള്ളിൽ ജ്വലിക്കുന്ന അഗ്നിയുമായി പുറംലോകത്തേക്കിറങ്ങിയ രണ്ടുപേർ. അടിമത്തത്തിൽനിന്നും ജാതീയതയുടെ വിഴുപ്പുഭാണ്ഡങ്ങളിൽ നിന്നും ജനതയെ രക്ഷപ്പെടുത്തുവാൻ മാർഗ്ഗം തിരഞ്ഞ രണ്ടുപേർ. രണ്ടുപേരും അൽപനേരം നിശ്ചലരായി നിന്നു.

നിശ്ശബ്ദത...... കാലത്തിന്റെ നിശ്ശബ്ദത.

നമ്മൾ എന്നേ പരിചിതരാവേണ്ടിയിരുന്നുവെന്ന് ചട്ടമ്പിസ്വാമികൾ പറഞ്ഞു. ഒരു നിമിഷത്താൽ തന്നെ വർഷങ്ങളുടെ സൗഹൃദം ആശ്ലിസ്സായ് പരസ്പരം പടരുന്നുവെന്ന് ശ്രീനാരായണഗുരു. ചട്ടമ്പിസ്വാമികൾ പതുക്കെ നാരായണന്റെ തലയിൽ കൈവച്ചു. അയ്യാവിനെ മനസ്സിൽ ധ്യാനിച്ചുകൊണ്ട് മന്ത്രാക്ഷരം ചൊല്ലിയ ശേഷം അദ്ദേഹം പറഞ്ഞു: 'അയ്യാവോടൊപ്പം തങ്ങി ജീവിതത്തിന്റെ പരംപൊരുൾ തിരയൂ.' അതെ!, ചട്ടമ്പിസ്വാമികളാണ് നാരായണന് അയ്യാവിനെ പരിചയപ്പെടുത്തുന്നതും ശിഷ്യത്വത്തിന് നയിക്കുന്നതും. അദ്ദേഹത്തിന് വലിയ അനുഗ്രഹമായി, അത്.

കേരളത്തിലെ സങ്കീർണ്ണമായ സാമൂഹികപ്രശ്നങ്ങളിൽ സമൂ

ഹമപ്പാടെ നട്ടംതിരിയുമ്പോൾ അവർക്കു പരിഹാരത്തിനായി എല്ലാ ജനവിഭാഗങ്ങളും ഉൾപ്പെട്ട ഒരു ഐക്യവേദി കെട്ടിപ്പടുക്കുക എന്ന ലക്ഷ്യം നാരായണഗുരുവിനെയും അയ്യങ്കാളിയേയും പിന്നീട് കൂടുതൽ സൗഹൃദത്തിലാക്കി. വലിപ്പച്ചെറുപ്പങ്ങൾ അവിടെ ഇല്ലാതായി. നാട്ടിൽ നവോത്ഥാനത്തിന്റെ കാഹളം കേൾപ്പിക്കാൻ ഇരുവരും കൈകോർത്തു.

'യോഗജ്ഞാന പാരംഗതയ്ക്ക് യോഗജ്ഞാന പ്രമേയങ്ങളെ സമ്പ്രദായരീത്യാ ഗ്രഹിക്കുകയും പരിശീലിക്കുകയും ചെയ്തത് ആരൂഢപദത്തിൽ എത്തുന്നതിന് അനേക സംവത്സരക്കാലം എന്നോടുകൂടി സഹവസിച്ചിട്ടുള്ള എന്റെ പ്രഥമശിഷ്യൻ നാണു ഗുരു' എന്നാണ് ചട്ടമ്പിസ്വാമികൾ നാരായണഗുരുവിനെ രേഖപ്പെടുത്തിയത് എന്നോർക്കുക. എന്റെ 'ശിഷ്യനായ ഗുരു' എന്ന പ്രയോഗം പ്രത്യേക പരാമർശം അർഹിക്കുന്നു. പ്രായംകൊണ്ട് ചെറുപ്പമെങ്കിൽ അന്തർജ്ഞാനംകൊണ്ട് ഗുരുവാണ് നാരായണൻ എന്ന് തുറന്നുപറയുന്നതിലെ പരബഹുമാനം മാതൃകാപരമാണ്. മാത്രമല്ല ഇരുവരും തമ്മിലുള്ള ഗാഢവും ശ്രേഷ്ഠവുമായ അത്മബന്ധത്തിന്റെ പ്രസ്ഫുരണം കൂടിയാണീ വാക്കുകൾ. 'നവമഞ്ജരി' എന്ന തന്റെ ആദ്യകൃതിയുടെ ആമുഖത്തിൽ കുഞ്ഞൻ എന്നു പേരായ ഗുരുവിന്റെ ആജ്ഞയെ ശിരസാവഹിച്ചുകൊണ്ടാണ് 'നവമഞ്ജരി' രചിച്ചതെന്ന് നാരായണഗുരു എഴുതുക കൂടി ചെയ്യുന്നതോടെ പരിപാവനമായ സൗഹൃദത്തിന്റെ പാരസ്പര്യം നമ്മെ വിസ്മയം കൊള്ളിക്കുന്നു.

കല്ലട എം. സി. കുഞ്ഞുരാമൻ വൈദ്യൻ രചിച്ച 'ശ്രീനാരായണ ഗുരുസ്വാമി ചരിതം' എന്ന കൃതിയിൽ നാരായണനെ ചട്ടമ്പിസ്വാമിയുടെ ശിഷ്യനായിക്കൂടി ചിത്രീകരിക്കുന്നുണ്ട്. ആ വരികൾ താഴെ:

ഷൺമുഖ ദാസനെന്നുള്ള മഹാ
നിർമ്മലനാം യോഗിയേകൻ
ചെമ്മേയനന്തപുരത്തു സർവ്വ
സമ്മതനായമർന്നാൻ
യോഗതതന്ത്രത്തിൽ സമർത്ഥനായ
യോഗിയാമദ്ദേഹത്തോട്
ലോകഗുരു സ്വാമിയക്കാലത്തു
യോഗാഭ്യാസാദി പഠിച്ചു
ഊണുറക്കം ക്ലിപ്തമായിന്നിടം

വേണമെന്നുള്ളതില്ലാതെ
നാണുഗുരുസ്വാമി യോഗിയോടും
വാണു കുറേക്കാലമുണ്ണീ.

നീണ്ട ജീവിതയാത്രയിൽ ഇരുവരും പലപ്പോഴായി പലയിടങ്ങളിൽ വച്ച് സന്ധിച്ചിരുന്നു. രണ്ട് മഹാതാരകങ്ങൾ, രണ്ട് വെളിച്ചങ്ങൾ! പരസ്പരം അറിഞ്ഞും അറിയിച്ചും രണ്ട് മഹാത്മാക്കൾ. അതായിരുന്നു നാരായണഗുരുവും ചട്ടമ്പിസ്വാമികളും. ഒരേ രംഗത്ത് പ്രവർത്തിക്കുമ്പോഴും ഇരുവർക്കും രണ്ട് വ്യക്തിത്വമായിരുന്നു. വ്യത്യസ്തപാതയിലൂടെ ഒരേ ലക്ഷ്യത്തിലേയ്ക്ക് രണ്ടുപേരും കുതിച്ചു. തത്ത്വശാസ്ത്രം കൊണ്ട് ജീവിതത്തിനു വഴികാട്ടാമെന്ന് ചട്ടമ്പിസ്വാമി ചിന്തിച്ചു. സാംസ്കാരികമായ പരിവർത്തനം ഉണ്ടാവേണ്ടത് ആദ്യം തത്ത്വദർശനങ്ങളെ വ്യാഖ്യാനിച്ചാണെന്നത്രേ അദ്ദേഹത്തിന്റെ മതം. വേദന്തവും തത്ത്വശാസ്ത്രവും ബ്രാഹ്മണർക്കു മാത്രമേ പഠിക്കാവൂ എന്ന അലിഖിതനിയമത്തെ ബ്രാഹ്മണരുടെ അടിസ്ഥാന പ്രമാണങ്ങൾ വച്ചുകൊണ്ടുതന്നെ ചട്ടമ്പിസ്വാമികൾ ഖണ്ഡിച്ചു. അബ്രാഹ്മണർക്ക് വേദം പഠിക്കാനും പഠിപ്പിക്കാനും അധികാരമുണ്ടെന്ന് സ്ഥാപിക്കാനായി 'വേദാധികാരനിരൂപണം' എഴുതി. ഊഷരമായ ഒരു കാലഘട്ടത്തിന്റെ നടുവിൽ നിന്നുകൊണ്ട് അത്തരമൊരു കൃതിയെഴുതുക എന്നതുതന്നെ വലിയ സമൂഹ്യപ്രവർത്തനമായിരുന്നു. പുരോഗമനപരമായ ആശയത്തിലൂടെ പുതിയലോകം സൃഷ്ടിക്കുക എന്നതായിരുന്നു ചട്ടമ്പിസ്വാമിയുടെ രീതി. എന്നാൽ പ്രായോഗിക ശൈലിയിൽ സാധാരണക്കാർക്ക് സാമൂഹിക ജീവിതത്തിലേയ്ക്ക് എങ്ങനെ വഴികാട്ടാമെന്നാണ് നാരായണഗുരു ആലോചിച്ചത്. നവോത്ഥാനത്തിന്റെ ഭാഗമായ പ്രക്ഷോഭപരിപാടികളിൽ മുൻപന്തിയിലുണ്ടായിരുന്നെങ്കിലും നവോത്ഥാന തത്ത്വമാണ് ചട്ടമ്പി മുന്നോട്ടുവച്ചത്. നവോത്ഥാനത്തിന്റെ പ്രയോഗവത്കരണത്തിനാണ് നാരായണഗുരു ഊന്നൽ നൽകിയത്.

രണ്ടുപേരും, ഒരുപക്ഷത്താണെന്ന്, മനുഷ്യപക്ഷത്താണെന്ന് അവർ തിരിച്ചറിഞ്ഞു. കാലഘട്ടം രണ്ടുപേരെയും ആവശ്യപ്പെട്ടു. പരസ്പരമുള്ള കൊടുക്കൽ വാങ്ങലിലൂടെ അവർ മനുഷ്യപക്ഷത്തിനായി നിലയുറപ്പിച്ചു, കാലത്തിന്റെ പ്രതിസന്ധികളെ നേരിടാൻ വേണ്ടി. ഇത്തരക്കാരാണ്, ഇത്തരക്കാർ മാത്രമാണ് മഹാന്മാർ എന്ന വിശേഷണത്തെ സ്വാർത്ഥകമാക്കുന്നത്. ഇരുവരുടേയും സ്ഥാനത്തെക്കുറിച്ച് ഗുരുദേവന്റെ ജീവചരിത്രമെഴുതിയ വാടയിൽ

സദാശിവൻ ഇങ്ങനെ രേഖപ്പെടുത്തിയത് അതുകൊണ്ടാണ്: 'ശ്രീ ചട്ടമ്പിസ്വാമികൾ വിദ്വൽസദസ്സുകളിൽ രത്നമായി ഭവിച്ചു. ഗുരുദേവൻ അശരണർക്ക് ആശ്രയമായും മാറി. യോഗാഭ്യാസം പഠിപ്പിച്ച അയ്യാസ്വാമിയുടെ നിർദ്ദേശവും ആഗ്രഹവും അവർ രണ്ടുപേരും പ്രവർത്തിപഥത്തിൽ എത്തിച്ചു. വിഗ്രഹപ്രതിഷ്ഠകളിലൂടെ ജീവിതത്തിന്റെ എല്ലാ മണ്ഡലങ്ങളെയും പിടിച്ചു കുലുക്കാനും അവിടെയെല്ലാം നിത്യനൂതനമായ ശോഭ പ്രകാശിപ്പിക്കാനും ശ്രീനാരായണഗുരുദേവനു കഴിഞ്ഞു. ആധുനിക ഇന്ത്യയുടെ വിശിഷ്യ കേരളത്തിന്റെ ചരിത്രത്തിൽ ഇവർ രണ്ടുപേർക്കുമുള്ള സ്ഥാനം സമുന്നതം തന്നെ. സമകാലികരായ ഈ രണ്ട് ആധ്യാത്മിക ഗുരുക്കന്മാരെ മാറ്റിനിർത്തിക്കൊണ്ട് ഒരു ചരിത്രകഥ സൃഷ്ടിക്കുവാൻ പ്രയാസമാണ്.'

അഞ്ച്
കോട്ടാറിലെ ജന്തുബലി

ഇന്ന് തമിഴ്നാട്ടിലുള്ള കോട്ടാർ ഗ്രാമത്തിലെ എട്ടു തെരുവുകളിലായി നാൽപ്പത്തിരണ്ടു ക്ഷേത്രങ്ങൾ ഉണ്ടായിരുന്നു. ചിലത് ഉഗ്രമൂർത്തികൾ. ചിലത് ബീഭത്സഭാവത്തോടുകൂടിയത്. ചിലതാകട്ടെ വികൃതമായ ഭാവത്തിലുള്ളത്. നാട്ടുകാരെല്ലാം ഈ ക്ഷേത്രങ്ങളിൽ വരികയും ഉള്ള സമ്പാദ്യം മുഴുവൻ ഇവിടെ നിക്ഷേപിക്കുകയും ചെയ്തു. ദൈവങ്ങളെ പ്രീതിവരുത്താനായി ജന്തുക്കളെ ബലികഴിക്കലും നടന്നുവന്നു. കാലം കടന്നപ്പോൾ ക്ഷേത്രങ്ങൾ തമ്മിൽ അനാവശ്യമത്സരം വളർന്നു. കൂടുതൽ കൂടുതൽ ജന്തുക്കളെ ബലിയർപ്പിച്ച് സ്വന്തം ക്ഷേത്രപ്രൗഢി സംരക്ഷിക്കാൻ അവർ ശ്രമിച്ചു. ദൈവപ്രീതിക്കുവേണ്ടിയുള്ള കിടമത്സരം അതിന്റെ മോശം അവസ്ഥയിലെത്തിച്ചേർന്നു. ഒരു വശത്ത് കൊടികുത്തിവാഴുന്ന ദാരിദ്ര്യം. മറുവശത്ത് ഈശ്വരപ്രസാദത്തിനുവേണ്ടിയുള്ള ഓട്ടം. ഈ അവസ്ഥ കണ്ടറിഞ്ഞ ഗുരു എട്ടു തെരുവുകളിലേയും ജനങ്ങളെ വിളിച്ചുചേർത്ത് തദ്ദേശീയരുടെ മൊഴിയിൽ വൈകാരികമായ സാരോപദേശം നടത്തി.

'നാം ഉങ്കളെ കൂപ്പിട്ടു ഇങ്കെ അനുപ്പിയതു കൺപാർക്കറുതുക്കുതാൻ. എല്ലാവിതങ്കളാലും കടവുളൈതാൻ ഉലകിലെ പെരിയവർ എൻറു നിനൈപ്പാർ. കടവുൾ ഒന്റേ ഒൻതാൻ. സ്നാനം പണ്ണി ശുദ്ധി വന്തപിറക് കടവുളൈ ധ്യാനിയ്ക്കവേണ്ടിയത് റൊമ്പചുകം താൻ. കോയിലിൽ പൂജയ്ക്കാകെ വേണ്ടിയതു പണം താൻ. നീങ്കൾ റൊമ്പളൈത്തു പണം ഉണ്ടാക്കുറുത്. അന്തപണത്തെ പാഴാകമുടിക്കുറുതുക്കു ഇടം കൊടുക്കാതും. അതൈ നമ്മുടെ സന്താനത്തുക്കും ബന്ധു മിത്രാദികൾക്കും നന്മക്കാക ചിലവഴിക്ക വേണ്ടിയതു. ഇങ്കെ, എട്ടു തെരുവുകൾ ഇറുക്കു. അങ്കെ നാല്പത്തിരണ്ടു കോയിലുകൾ ഏതുക്കാകെ വേണ്ടിയിറുക്കുതു? ഒരേ

ഒരു കോയിൽത്താൻ പോതും. അതുക്കു പതിൻ വിഘ്നേശ്വരക്ഷേത്രം ഒന്റേ ഒന്നു താൻപോതും. അതുക്കാകവേണ്ടിയതുക്കു പെരുമാൾ പണിയ്ക്കർ, വിഘ്നേശ്വര പ്രസാദു ഇവരുടെ ഉതവി താൻ കിടയ്ക്കും.'

ജനങ്ങൾ പരസ്പരം നോക്കി. അവരുടെ കണ്ണു തുറന്നു. ശരിയാണ്. ദൈവപ്രീതിയ്ക്കുവേണ്ടിയുള്ള മത്സരം അവരെത്തന്നെ ഇല്ലാതാക്കും. ദാരിദ്ര്യത്തിൽ നിന്നും ദാരിദ്ര്യത്തിലേയ്ക്ക് വീണുകൊണ്ടിരുന്ന കോട്ടാറിലെ ജനത ഗുരുദേവകൽപന ശിരസ്സാവഹിച്ചുകൊണ്ട് ഇതര ക്ഷേത്രങ്ങൾ നിർത്തലാക്കുകയും ഗുരുദേവന്റെ ഹിതപ്രകാരം ലളിതവും എന്നാൽ ഓജസ്സുള്ള മറ്റൊരു ക്ഷേത്രം പണിഞ്ഞ് എല്ലാവരും അവിടെ ആരാധിക്കാൻ തുടങ്ങി. ജന്തുബലി നിർത്തലാക്കിക്കൊണ്ട് അവർ ചിട്ടകളുണ്ടാക്കി. ക്ഷേത്രത്തിന്റെ പരിപാവനത കാത്തുസൂക്ഷിക്കാൻ ജനങ്ങൾ മുന്നോട്ടുവന്നു. കോട്ടാർ ഗ്രാമത്തിന് അങ്ങനെ പുതുജീവൻ ലഭിച്ചു. മലയാളിയായ ഗുരുവിന് തമിഴ്ജനതയോട് ഇതുപോലൊരു പ്രവൃത്തി ചെയ്യിക്കാൻ കഴിഞ്ഞു എന്നത് അസാധാരണമെന്ന് വിലയിരുത്തപ്പെട്ടു. തമിഴ്നാട്ടിൽ തന്നെ ധാരാളം സ്വാമിമാരുള്ളപ്പോൾ സ്വന്തം ജ്ഞാനപ്രഭാവം കൃത്യമായി ഉപയോഗിക്കുകയായിരുന്നു ഗുരുദേവൻ. ജനങ്ങളുടെ ബോധമനസ്സുമാത്രമല്ല അബോധമനസ്സിലേക്കു കൂടി ആഴ്ന്നിറങ്ങാൻ ഗുരുദേവനു കഴിഞ്ഞിരുന്നുവെന്ന് ഈ സംഭവം തെളിയിക്കുന്നു.

○○

ആറ്

ശ്രീനാരായണ ധർമപരിപാലന സംഘത്തിന്റെ കഥ

ഡോക്ടർ പൽപ്പു, അദ്ദേഹത്തിന്റെ ജ്യേഷ്ഠനായ പി. വേലായുധൻ എന്നിവർക്ക് വിദ്യാഭ്യാസമുണ്ടായിട്ടും സർക്കാർ സർവീസിൽ ജോലി ലഭിച്ചില്ല. 'നിങ്ങളുടെ കുലത്തൊഴിൽ ചെത്തായതുകൊണ്ട് സർക്കാർ സർവീസിൽ പ്രവേശിക്കാൻ പാടില്ല.' എന്ന മറുപടിയായിരുന്നു തിരുവിതാംകൂർ ഗവൺമെൻറിൽ നിന്നും കിട്ടിയത്. അവർ ആകെ നിരാശരാവുകയും ഇതിനെതിരെ പോരാടണമെന്ന് തീരുമാനമെടുക്കുകയും ചെയ്തു. അതിനാണ് മയ്യനാട്, പരവൂർ എന്നിവിടങ്ങളിൽ സഞ്ചരിച്ച് 'ഈഴവമഹാജനസഭ' രൂപീകരിക്കുന്നത്. തങ്കശ്ശേരിയിൽ നിന്നു പ്രസിദ്ധീകരിച്ചിരുന്ന മലയാളപത്രത്തിൽ ഈ സംഘടനയുടെ പ്രാധാന്യത്തെപ്പറ്റി അദ്ദേഹം ലേഖനമെഴുതുകയും ചെയ്തു. നിവേദനങ്ങളും സങ്കടഹർജികളും തുരുതുരെ അയക്കപ്പെട്ടു. എന്നാൽ ആ പ്രവർത്തനങ്ങൾ ഫലപ്രാപ്തിയിലെത്തിയില്ല. ആയിടെ വിവേകാനന്ദസ്വാമികൾ കേരളം സന്ദർശിച്ച അവസരത്തിൽ സ്വാമികളുമായി നടത്തിയ കൂടിക്കാഴ്ചയിൽ നിന്ന് ഒരു അധ്യാത്മികാചാര്യന്റെ പിന്തുണയിലാണ് സംഘടന പ്രവർത്തിക്കേണ്ടതെന്ന ഉപദേശം കിട്ടി. കൂടുതലൊന്നും ആലോചിക്കാനുണ്ടായിരുന്നില്ല. ഡോ. പൽപ്പു, ഗുരുദേവനെ കാണാനായി ഇറങ്ങിപ്പുറപ്പെട്ടു. തിരുവിതാംകൂർ മെഡിക്കൽ സ്കൂളിലേയ്ക്കുള്ള പ്രവേശനപരീക്ഷയിൽ ഉയർന്ന വിജയം കരസ്ഥമാക്കിയിട്ടും സർ സി.പി.യുടെ കുതന്ത്രങ്ങളാൽ പ്രവേശനം നിഷേധിക്കപ്പെട്ട കാര്യവും മദ്രാസ്സ് മെഡിക്കൽ കോളേജിൽ നിന്ന് മെഡിക്കൽ പരീക്ഷ പാസ്സായിട്ടും നാട്ടിൽ ജോലി ചെയ്യാനനുവദിക്കാത്തതിനാൽ മദ്രാസ്സിൽ ജോലിയെടുക്കേണ്ടിവന്ന സംഗതിയുമെല്ലാം പറഞ്ഞപ്പോൾ ഈഴവർക്കും പിന്നോക്ക സമുദായങ്ങൾക്കും വിദ്യാഭ്യാസസ്ഥാപനങ്ങൾ, സർക്കാർ സർവീസുകൾ എന്നിവയിൽ

പങ്കാളിത്തം വേണമെന്ന ആവശ്യത്തിനായി മുന്നിട്ടിറങ്ങിയ ഡോ. പൽപ്പുവിനെ സഹായിക്കേണ്ടതു കാലഘട്ടത്തിന്റെ ആവശ്യമാണെന്ന് ഗുരുവിന് തോന്നി. കഴിയുന്ന സഹായം ചെയ്യാമെന്ന് ഗുരു സമ്മതിച്ചു. ശ്രീനാരായണഗുരുവും പൽപ്പുവും സന്ധിച്ച ഈ ദിവസം കേരളചരിത്രത്തിലെ ശുഭദായകദിനമാണെന്നാണ് ചരിത്രകാരനായ പി.കെ. ബാലകൃഷ്ണൻ അഭിപ്രായപ്പെട്ടത്. ഗുരുവിന്റെ ആധ്യാത്മികസിദ്ധി വിശേഷങ്ങളും ജനങ്ങൾക്കിടയിലുള്ള ആദരവും അംഗീകാരവും സാമൂഹികപരിവർത്തനോന്മുഖമായ നിശ്ചയദാർഢ്യവും ഉപയോഗപ്പെടുത്തിക്കൊണ്ട് സംഘടനയ്ക്ക് രൂപംകൊടുക്കാനുള്ള ഡോ. പൽപ്പുവിന്റെ യത്നം ഗുരുവിന്റെ അനുകൂലനിലപാടും മാർഗനിർദ്ദേശകത്വവും കൊണ്ട് സാർത്ഥകമാവുകയായിരുന്നു.

അരുവിപ്പുറത്തെ ഈഴവപ്രതിഷ്ഠപോലെ മറ്റൊരു ചരിത്രപരമായ നാഴികക്കല്ലായി ഈ സംഘടനയുടെ ജനനം. അരുവിപ്പുറം പ്രതിഷ്ഠയോടനുബന്ധിച്ച് ക്ഷേത്രഭരണത്തിനും ഉത്സവനടത്തിപ്പിനുമായി രജിസ്റ്റർ ചെയ്തിരുന്ന സംഘത്തെ വിപുലപ്പെടുത്തിയാണ് 1903-ൽ ശ്രീനാരായണ ധർമ്മപരിപാലനയോഗം ആരംഭിച്ചത്. ജാതിഭേദത്തേയും മതഭേദത്തേയും ഇല്ലാതാക്കാൻ ശ്രമിക്കുന്ന ഗുരുവിന്റെ നേതൃത്വത്തിൽ ഒരു ജാതിസംഘടന രൂപീകരിക്കുക അസാധ്യമാണ്. ശ്രീനാരായണഗുരുവിന്റെ സന്ദേശങ്ങളുടെ സത്തയാവണം സംഘടനയുടെ കാതൽ. അങ്ങിനെയാണ് ഗുരുവിന്റെ പേരിൽ തന്നെയാവണം പ്രസ്ഥാനം എന്ന അഭിപ്രായം ഉരുത്തിരിഞ്ഞത്. ശ്രീനാരായണഗുരു സ്ഥിരാദ്ധ്യക്ഷനായും, ഡോ. പൽപ്പു വൈസ് പ്രസിഡന്റായും കുമാരനാശാൻ സെക്രട്ടറിയായും ജോയിന്റ് സ്റ്റോക്ക് കമ്പനിയായി യോഗം രജിസ്റ്റർ ചെയ്യുകയായിരുന്നു. ശ്രീനാരായണ ധർമ്മപരിപാലന യോഗത്തിന്റെ ചരിത്രം കേരളത്തിന്റെ സാമൂഹ്യ സാംസ്കാരിക രാഷ്ട്രീയ ചരിത്രം തന്നെയാണ്.

നാരായണഗുരുവിന്റെ മാഹാത്മ്യം മഹാത്മാവിൽനിന്നും വിപ്ലവകാരിയായി പരിണമിക്കാൻ യോഗത്തിന്റെ പ്രവർത്തനങ്ങൾ നിമിത്തമായി. നാരായണഗുരുവിന്റെ സ്ഥിരാദ്ധ്യക്ഷപദവിയെക്കുറിച്ച് കുമാരനാശാൻ പ്രതികരിച്ചതിങ്ങനെ: 'ഇതിനേക്കാൾ യോഗ്യനായ ഒരു പ്രാമാണിക പുരുഷൻ അല്ലെങ്കിൽ അദ്ധ്യക്ഷൻ നമുക്കു ദുർലഭമാകുന്നു. ഈ അപൂർവമായ സൗകര്യത്തെ നാമിപ്പോൾ ന്യായമായി ഉപയോഗിച്ച് സഫലീകരിച്ചു കൊള്ളുന്നില്ലെ

ങ്കിൽ അത് നമുക്ക് ഒരിക്കൽ നിശ്ചയമായും ഒരു അപരിഹാര്യമായ വലിയ നഷ്ടമാകും.' അങ്ങനെ നഷ്ടപ്പെടുത്തുവാൻ കേരളജനത വിഡ്ഢികളായിരുന്നില്ല. സംഘടിച്ച് ശക്തരാവുക എന്ന ഗുരുസൂക്തം പ്രാവർത്തികമാക്കിക്കൊണ്ട് ഡോ. പൽപ്പുവിന്റെയും കുമാരനാശാന്റെയും നേതൃത്വത്തിൽ എസ്.എൻ.ഡി.പി. യോഗം വളരുമ്പോഴും കേരളത്തിന്റെ സാമൂഹിക ചരിത്രത്തിൽ മഹാപ്രസ്ഥാനമായി മാറുമ്പോഴും ഗുരുവിന്റെ വെളിച്ചം ഒരിക്കലും വറ്റാത്ത സ്രോതസ്സായി യോഗത്തിന് ജീവചൈതന്യം പകരുകയായിരുന്നു. ആ പ്രകാശധാരയിലൂടെ യോഗം ദ്രുതഗതിയിൽ വളർന്നു. ഇതോടെ കേരളമാകെ ഉണർന്നു. കേരളത്തിലെ എല്ലാ സമുദായങ്ങൾക്കും സംഘടനയുടെ ശക്തി മനസ്സിലായി. അയ്യങ്കാളിയുടെ സാധുജന പരിപാലന സംഘവും (1907) യോഗക്ഷേമസഭയും (1908) കെ. പി. കറുപ്പന്റെ വാലസമുദായ പരിഷ്കാരിണി സഭയും (1910) നായർ സർവീസ് സൊസൈറ്റിയും (1914) ഇതേത്തുടർന്ന് രൂപംകൊണ്ടു. അതത് സമുദായങ്ങളുടെ ആചാരപരിഷ്കാരങ്ങളും സംസ്കാരിക-വിദ്യാഭ്യാസപ്രവർത്തനങ്ങളുമായി സംഘടനകൾ മുന്നോട്ടാഞ്ഞു.

എസ്.എൻ.ഡി.പിയുടെ ഒന്നാം വാർഷിക യോഗത്തിൽ വിദ്യാഭ്യാസവും വ്യവസായവും കൃഷിയും അഭിവൃദ്ധിപ്പെടുത്തുന്ന പ്രവർത്തനങ്ങളും സ്ത്രീകളുടെ ഉന്നമനത്തിനായി സ്ത്രീ സമാജവും പ്രവർത്തിപഥത്തിലെത്തി. മൂന്നാം വാർഷിക സമ്മേളനമാവുമ്പേഴേയ്ക്കും സമുദായത്തിന്റെ സമഗ്രപുരോഗതിയായി ലക്ഷ്യം. അഖിലേന്ത്യാ വ്യാവസായിക പ്രദർശനവും, സാഹിത്യമത്സര പരീക്ഷയും നടത്തി. സാമൂഹിക രാഷ്ട്രീയ സാഹിത്യ രംഗത്തെ പല വ്യക്തികളും എസ്.എൻ.ഡി.പി. വഴി നാരായണഗുരുവിന്റെ ശിഷ്യരാവാൻ മുന്നോട്ടുവന്നു. മിതവാദി സി. കൃഷ്ണൻ, സഹോദരൻ അയ്യപ്പൻ, സി.വി. കുഞ്ഞിരാമൻ, മൂലൂർ പത്മനാഭപ്പണിക്കർ, സി. കേശവൻ, ബോധാനന്ദസ്വാമികൾ, നടരാജഗുരു, സ്വാമി സത്യവ്രതൻ തുടങ്ങിയവർ അവരിൽ ചിലരാണ്.

ആചാരണ പരിഷ്ക്കരണത്തിനായി പ്രാദേശികമായി സഭകളുണ്ടാക്കി. വിവാഹപരിഷ്ക്കരണം, അഹിംസ തുടങ്ങിയവ നടപ്പിലാക്കാൻ യോഗത്തിലൂടെ ശ്രമിച്ചു. എസ്.എൻ.ഡി.പി. യോഗത്തിന്റെ പ്രവർത്തനം വിപുലപ്പെടുത്താനായി ഗുരു തന്റെ സ്വത്തുമുഴുവൻ യോഗത്തിന് ദാനം ചെയ്യുന്നതായി പ്രഖ്യാപിച്ചു.

യോഗപ്രവർത്തകർ നടത്തുന്ന പ്രസംഗങ്ങളെപ്പറ്റി ഗുരുവിന് വ്യക്തമായ കാഴ്ചപ്പാടുണ്ടായിരുന്നു. 'പ്രസംഗങ്ങൾ യാതൊരു

പ്രകാരത്തിലും താഴ്ന്നതായി വിചാരിക്കപ്പെടുന്ന ജാതികൾക്ക് ഉപദ്രവമോ, ഉയർന്നതായി വിചാരിക്കപ്പെടുന്ന ജാതികൾക്ക് ക്ഷോഭമോ ഉണ്ടാക്കത്തക്ക വിധത്തിലോ സ്വരത്തിലോ ആയിക്കൂടാത്തതാകുന്നു. കഴിയുന്നത്ര താഴ്ന്ന ജാതിക്കാരുടെ അഭിവൃദ്ധിയിൽ ജനങ്ങൾക്ക് താൽപര്യം ജനിപ്പിക്കേണ്ടതാണ്.' എന്നാൽ ദിവസങ്ങൾ കഴിയുമ്പോൾ യോഗത്തിന്റെ പ്രവർത്തനങ്ങൾ ധർമ്മപ്രചാരണത്തിൽനിന്നും വ്യതിചലിക്കുന്നതായി ഗുരു മനസ്സിലാക്കി. ഒരു സമുദായത്തിന്റെ മാത്രം താങ്ങായി യോഗത്തെ നിലനിർത്താനുള്ള ശ്രമം അപായകരമെന്ന് ഗുരു കണ്ടു.

അങ്ങനെയാണ് 'ഒരുജാതി ഒരുമതം ഒരു ദൈവം മനുഷ്യന്' എന്ന പ്രഖ്യാപനം ഗുരു നടത്തുന്നത്. എന്നാൽ ഗുരു ആഗ്രഹിച്ചതുപോലെ പൂർണ്ണമായും ജാത്യാഭിമാനം വെടിയാൻ യോഗത്തിലെ ചില നേതാക്കന്മാർക്കായില്ല. അപ്പോൾ സംഘടനയിൽനിന്നു വിട്ടുനിൽക്കാൻ അദ്ദേഹം നിർബന്ധിതനായി. എന്തായാലും കേരളത്തിലാവിർഭവിച്ച പല പുരോഗമന പ്രസ്ഥാനങ്ങളുടെയും ഉറവിടമാവാൻ ശ്രീനാരായണഗുരു ധർമ്മപരിപാലനയോഗത്തിന് കഴിഞ്ഞുവെന്നതും കേരളചരിത്രത്തിൽ സാമൂഹ്യോദ്ധാരണത്തിന്റെ നവോത്ഥാനകാലത്ത് ചാലകശക്തിക്കായി മുന്നിൽനിന്നുവെന്നതും യോഗത്തിന്റെ മൗലികത വെളിപ്പെടുത്തുന്നു.

○○

ഏഴ്
ആശാനും ഗുരുവും

ചരിത്രപ്രസിദ്ധമായ അരുവിപ്പുറം പ്രതിഷ്ഠകഴിഞ്ഞ് പലസ്ഥലങ്ങളിലും ക്ഷേത്രപ്രതിഷ്ഠകൾ നടത്തിയിരുന്ന കാലത്താണ് ഗുരുദേവൻ കുമാരുവിനെ സന്ധിക്കുന്നത്. നിർവചനാതീതമായ ഗാഢസൗഹൃദമെന്നേ ഇരുവരും തമ്മിലുള്ള ബന്ധത്തെക്കുറിച്ച് പറയാനാവൂ. ഗുരുദേവൻ കുമാരുവിനെ കാണുകയായിരുന്നില്ല, കണ്ടെത്തുകയായിരുന്നുവെന്ന് ചരിത്രകാരന്മാർ എഴുതിയിട്ടുണ്ട്. കടയ്ക്കാവൂരിൽ മീരാൻകടവിനു സമീപമുള്ള സംസ്കൃതപാഠശാലയിൽ വച്ചായിരുന്നു ആദ്യസമാഗമം. അച്ഛനായ നാരായണൻ അസുഖമായിരുന്ന കുമാരുവിനെ അനുഗ്രഹിക്കണമെന്നാവശ്യപ്പെട്ടപ്പോൾ ജൻമാന്തരസൗഹൃദം ഉള്ളുകൊണ്ടറിഞ്ഞ ഗുരു 'കുമാരൂ, നീ നമ്മോടൊത്തു വരുന്നുണ്ടോ?' എന്നു ചോദിച്ചതായും 'വരാം' എന്ന മറുപടി കേട്ടതോടെ 'എന്നാൽ കുമാരു നമുക്കിരിക്കട്ടെ' എന്ന് അർത്ഥഗർഭമായി മൊഴിയുകയും ചെയ്തത്രെ. പിന്നീടൊരിക്കൽ കുമാരുവിന്റെ പ്രതിഭ നിർണയിക്കാൻ സമസ്യപൂരണവും നടത്തിച്ചത്രെ. ഒടുവിൽ റെഡീമർ ബോട്ടപകടത്തിൽ സ്വയം അപ്രത്യക്ഷനാകുംവരെ തുടർന്ന അഭേദ്യബന്ധമായിരുന്നു ഗുരുദേവനും കുമാരനാശാനും തമ്മിൽ. അരുവിപ്പുറം ക്ഷേത്രത്തിന്റെ ഭരണച്ചുമതല മുതൽ ഗുരുദേവന്റെ മനസ്സാക്ഷിസൂക്ഷിപ്പുകാരനായി വരെ കവി നിലകൊണ്ടു. മലയാളകവിതയ്ക്കു ലഭിച്ച വരദാനമാണ് കുമാരനാശാനെങ്കിൽ ആശാനിൽ വൈപുല്യമാർന്ന ലോകബോധവും ഉൾക്കാമ്പുള്ള ജീവിത ദർശനവും മുളപ്പിച്ചത് ഗുരുദേവനായിരുന്നുവെന്നു പറയാം. ഗുരുവിന്റെ നിർദ്ദേശപ്രകാരമാണ് പൽപ്പു കുമാരനെ ബാംഗ്ലൂരിലും കൽക്കത്തയിലും കൊണ്ടുപോയി പഠിപ്പിക്കുന്നത്. പാശ്ചാത്യ സാഹിത്യബോധവും, ബംഗാളി സംസ്കാരത്തെക്കുറിച്ചുള്ള അറിവും കുമാരനാശാനു ലഭിക്കുന്നത് ഈ

യാത്രകളിൽ നിന്നാണ്.

കുമാരനാശാൻ വിവാഹിതനാകുന്നു എന്നറിഞ്ഞപ്പോൾ ഗുരു എതിർപ്പു പ്രകടിപ്പിച്ചില്ല.'

'ഇന്നലെവരെ അരി ആഹാരം, നാളെ മുതൽ ഗോതമ്പാഹാരം' എന്ന ഫലിതം പറയുകമാത്രമാണ് ചെയ്തത്. വിവാഹം ആന്തരികജീവിതത്തിൽ മാറ്റമൊന്നും വരുത്തുകയില്ല എന്നാവാം ഉദ്ദേശിച്ചത്. കുമാരനാശാനിലെ കവിപ്രതിഭ മേൽക്കുമേൽ വർദ്ധിക്കുകയേ ഉണ്ടായുള്ളൂ, വിവാഹശേഷവും.

ഗുരുവിന്റെ ഉപദേശം എന്നും ശിരസാവഹിക്കുന്ന ശിഷ്യനായിരുന്നു കുമാരു. ബുദ്ധമതം സ്വീകരിക്കുവാൻ സഹോദരൻ അയ്യപ്പനും കൂട്ടരും തയ്യാറാവുന്നുവെന്നറിഞ്ഞപ്പോൾ സ്വന്തം അഭിപ്രായം പറയുംമുൻപ് ആശാനോട് ചോദിക്കുകയാണ് ഗുരു ചെയ്തത്. സഹോദരൻ അയ്യപ്പൻ പിന്നീടാ തീരുമാനത്തിൽനിന്ന് പിന്മാറി.

ഒരുനാൾ ആശാൻ ശിവഗിരിയിൽ എത്തിയപ്പോൾ ഗുരു ധ്യാനത്തിലായിരുന്നു. പരസ്പരം കാണാൻ കഴിഞ്ഞില്ല. ആശാൻ അൽപനേരം കാത്തുനിന്ന് 'ഞാൻ പോയി' എന്ന് ഗുരുവിനെ അറിയിക്കണമെന്ന് അന്തേവാസിയോട് പറഞ്ഞു. ധ്യാനം കഴിഞ്ഞ് ഗുരു കാര്യമറിഞ്ഞപ്പോൾ 'കുമാരൻ പോയോ - ങ്ഹും, കുമാരൻ പോയി' എന്ന പറയുകയും അൽപനേരം വിഷണ്ണനായി നിൽക്കുകയും ചെയ്തു. കേട്ടവർക്ക് കാര്യമെന്തെന്നു മനസ്സിലായില്ല. എന്നാൽ പിറ്റേന്ന് പല്ലനയാറ്റിൽ കുമാരനാശാൻ സഞ്ചരിച്ച ബോട്ട് മുങ്ങുകയും ആശാൻ കാലയവനികയ്ക്കുള്ളിൽ മറയുകയും ചെയ്തപ്പോൾ ഗുരു പറഞ്ഞതിന്റെ പൊരുളോർത്ത് ഏവരും സ്തബ്ദ്ധരായി. എല്ലാം അറിയുന്ന ആളാണ് ഗുരുവെന്നെഴുതിയത് കുമാരനാശാനാണ്. ആശാന്റെ ആദ്യകാല രചനകളിലൊന്നായ നിജാനന്ദവിലാസത്തിലെ ഇരുപതു ശ്ലോകങ്ങൾ ഗുരുദേവനെ സ്തുതിക്കുന്നതാണ്. ഒരു ഭാഗം ഇങ്ങനെ:

'ആധാരബ്രഹ്മമാരാഞ്ഞഖിലമതിലട
ക്കിക്കളഞ്ഞങ്ങു നിൽക്കും
മേധാവിപ്രൗഢനും തന്നഴിവിലതിരഴി
ഞ്ഞന്ധനായന്തരിക്കും
വേധാവോതുന്ന വേദം മുഴുവനറികിലും
വേല ചെയ്താലുമെന്തേ?
ബോധാചാര്യക്കഴൽച്ചെങ്കമലമതിനടി
ക്കാണു നിർവാണലോകം

ആനന്ദാരംഭമാകുന്ന മൃതകലശവാ
രാശി മദ്ധ്യത്തനന്ത
സ്ഥാനത്തിൽ സാന്ദ്രമോദം സതതസരസസ
ദ്യോഗനിദ്രൻ വിനിദ്രൻ
നാനാലോകാനുരൂപൻ നതജനനരകാ
രാതി നാരായണാഖ്യൻ
ജ്ഞാനാചാര്യൻ ജയിക്കുന്നിതു മമ നിജനി-
ർവ്വാണ ലക്ഷ്മീ നിവാസൻ.'

ബ്രഹ്മത്തെപ്പറ്റി മനസ്സിലാക്കാൻ ശ്രമിച്ച് ഒടുവിൽ എല്ലാം ബ്രഹ്മമാണെന്നു മനസ്സിലാക്കിയ ജ്ഞാനികൾപോലും വാർദ്ധക്യം, രോഗം എന്നിവയടുക്കുമ്പോൾ ഭയക്കുന്നു. വേദപാഠംകൊണ്ടോ കർമ്മങ്ങൾകൊണ്ടോ അവർക്ക് ദുഃഖശാന്തി ഉണ്ടാകുന്നില്ല. പരിപൂർണമായ മോക്ഷം അവർക്ക് ലഭിക്കണമെങ്കിൽ ഗുരുവിന്റെ പാദപൂജ അനിവാര്യമാണ്. പാൽക്കടലിന്റെ മദ്ധ്യത്തിൽ അനന്തശയനം കൊള്ളുന്നവനാണെങ്കിലും ആനന്ദനിമഗ്നനായി യോഗനിദ്രയിലാണെങ്കിലും എല്ലാ ലോകങ്ങളുടെയും രക്ഷിതാവും ലോകക്ഷേമത്തിൽ ജാകരൂകനായി വർത്തിക്കുന്നവനും ലോകരക്ഷിതാവും ഭക്തജനങ്ങളുടെ ദുഃഖമകറ്റുന്നവനുമായ വിഷ്ണുവിനെപ്പോലെ യോഗിമുഖ്യനും ധ്യാനൈകനിരതനും ലോകരക്ഷകനും ശത്രുമിത്രഭേദമില്ലാത്തവനും ഭക്തജനാനുഗ്രഹതൽപരനുമായ ശ്രീനാരായണഗുരുവാണ് എന്റെ ആത്മോപദേഷ്ടാവായ ഗുരു. തനിക്ക് ആത്മവിദ്യ ഉപദേശിച്ച ഗുരു, സാക്ഷാൽ വിഷ്ണുരൂപത്തിൽ നിൽക്കുന്ന ഈശ്വരനാണെന്ന് അവസാന ശ്ലോകത്തിൽ വ്യക്തമാക്കുന്നു.

'ആരായുലകിലന്ധതവമൊഴിച്ചാദി മഹസ്സിൽ
നേരാം വഴികാട്ടും ഗുരുവല്ലോ പരദൈവം
ആരാദ്ധ്യനതോർത്തീടുകിൽ ഞങ്ങൾക്കിവിടുന്നാം
നാരായണമൂർത്തേ ഗുരുനാരായണമൂർത്തേ'

എന്ന് ആശാൻ മറ്റൊരിടത്തും എഴുതുന്നുണ്ട്.

കുമാരുവിന്റെ കവിത്വശക്തി നേരത്തേ അറിഞ്ഞ നാരായണ ഗുരു ശൃംഗാര ശ്ലോകങ്ങൾ എഴുതരുത് എന്ന ഉപദേശം നൽകി. ശൃംഗാരകവിതകളുടെ രചനയിലൂടെ വെണ്മണി കവിതകളുടെ പിൻമുറക്കാരനാവാതെ ആധുനിക കവിതയുടെ യുഗസൃഷ്ടാവാകാൻ ആശാനു കഴിഞ്ഞതും ഗുരുശിക്ഷണം ലഭിച്ചതുകൊണ്ടാണ്. ഗുരുവിന്റെ കാവ്യസാഫല്യമാണ് കുമാരനാശാൻ എന്നുപറയാം.

കാലഘട്ടത്തിന്റെ കവിയായ കുമാരനാശാനും യുഗസൃഷ്ടാവായ ശ്രീനാരായണഗുരുവും കേരളംകണ്ട ഏറ്റവും വലിയ ആത്മബന്ധത്തിലെ നായകത്വങ്ങളാണ്. ഗുരു പ്രവാചകനായിരുന്നുവെങ്കിൽ ആശാൻ ഗുരുവിന്റെ പ്രചാരക കവിയും പ്രചോദക വ്യക്തിത്വവുമായിരുന്നു.

○○

എട്ട്
സാമൂഹ്യപരിഷ്കർത്താവ്

ആയിരത്തിതൊള്ളായിരാമാണ്ടിന്റെ തുടക്കം മുതൽ ഗുരുദേവൻ സ്വന്തം സമൂഹത്തിലേക്ക് കണ്ണയച്ച് അറിവു ശേഖരിക്കുകയും അടിസ്ഥാന പ്രശ്നങ്ങളെന്തെന്നു മനസ്സിലാക്കുകയും ചെയ്തു. ആചാരപരിഷ്കരണത്തിൽ ശ്രദ്ധിക്കണമെന്ന് ഗുരുവിന് തോന്നിയത് അങ്ങനെയാണ്. അന്ന് ഈഴവസമുദായത്തിൽ നിലനിന്നിരുന്ന താലികെട്ട് സമ്പ്രദായം അനാവശ്യമാണെന്നും ഒരു പുതിയ വിവാഹരീതി അവലംബിക്കണമെന്നും അദ്ദേഹത്തിനു തോന്നി. വിവാഹം വേറെ രീതിയിൽ നടക്കുന്നതുകൊണ്ടാണ് താലികെട്ടിനെ ഗുരു എതിർത്തത്. നെയ്യാറ്റിൻകരയ്ക്കടുത്ത് കരിംകുളത്ത് താലികെട്ട് അത്യാഡംബരത്തോടെ നടക്കുന്നതറിഞ്ഞ് ഗുരു അവിടേയ്ക്ക് യാത്ര തിരിക്കുകയും ചടങ്ങിലുള്ള എതിർപ്പ് ഇപ്രകാരം പ്രകടിപ്പിക്കുകയും ചെയ്തു. 'കെട്ടുകല്യാണം ആവശ്യമുള്ളതല്ല. നാം ഇതിനെപ്പറ്റി പലപ്പോഴും ജനങ്ങളെ അറിയിച്ചിട്ടും ഇതേവരെ നിങ്ങളാരും അതിനെ വേണ്ടപോലെ കേൾക്കുന്നില്ലല്ലോ? നിങ്ങളുടെ ഗുണത്തിനായിട്ടാണു പറയുന്നത്. നിങ്ങൾക്ക് നമ്മുടെ വാക്കിൽ വിശ്വാസമുണ്ടെങ്കിൽ അത് കൂടാതെ കഴിക്കണം.' സൗമ്യവും ധീരവുമായ ആത്മീയനേതാവിന്റെ വാക്കുകൾ സാമൂഹ്യപരിഷ്ക്കർത്താവിന്റെ ദൃഢനിശ്ചയം കാണിച്ചുതരുന്നു. സ്വാമി കൽപ്പിക്കുന്നതുപോലെ ചെയ്യാമെന്നും മേലാൽ കെട്ടുകല്യാണം നടത്തുകയില്ലെന്നും കാരണവർ സമ്മതിച്ചു. ആചാര പരിഷ്കരണത്തിൽ കത്തുമുഖേനയും നേരിട്ടും പ്രമാണകുടുംബങ്ങളെ ബോധ്യപ്പെടുത്താൻ ഗുരു ശ്രമിച്ചുകൊണ്ടിരുന്നു.

വിവാഹസമ്പ്രദായം പരിഷ്കരിച്ചുകൊണ്ട് 'പരിഷ്കൃത വിവാഹരീതി' ഗുരു അവതരിപ്പിച്ചു. വിവാഹവുമായി ബന്ധപ്പെട്ട ആഢംബരവും ധൂർത്തും ഒഴിവാക്കുകയും ലളിതമാർന്ന വിവാഹ

ച്ചടങ്ങ് സങ്കൽപ്പം അവതരിപ്പിക്കുകയാണ് ഗുരു ചെയ്യുന്നത്. വിവാഹത്തിന് പത്തുപേരിൽ അധികം ഉണ്ടാവരുതെന്ന നിഷ്കർഷയും വെച്ചു. 'സ്ത്രീ പുരുഷന്മാർ വിവാഹസമയത്ത് പരസ്പരം പൂമാല അണിയിക്കുന്ന വേളയിൽ പുരുഷൻ സ്ത്രീയുടെ കഴുത്തിൽ ഒരു താലി കെട്ടുന്നത് നല്ലതുതന്നെ. എന്നാൽ ചരമഗതിയെ പ്രാപിക്കുകയോ ഉപേക്ഷിക്കുകയോ ചെയ്ത ഭർത്താവിന്റെ ഓർമ്മയ്ക്കായി പുനർവിവാഹം ചെയ്യപ്പെടുന്ന സ്ത്രീയിൽ യാതൊന്നും ഉണ്ടായിരിക്കരുത്. പുനർവിവാഹം ചെയ്യുന്ന സ്ത്രീ ആദ്യത്തെ താലി ധരിക്കേണ്ട ആവശ്യമേയില്ല.' ഇതായിരുന്നു ഗുരുവിന്റെ ആശയം. സ്ത്രീകളുടെ വേദനകൾ മനസ്സിലാക്കുന്ന ഗുരുവിനെയാണ് പരിഷ്കൃതവിവാഹവിധിയിൽ കാണാൻ കഴിയുന്നത്.

ആചാര പരിഷ്കരണത്തിലൂടെ പുതിയ സാമുദായിക ക്രമമാണ് ഗുരു കാംക്ഷിക്കുന്നത്. അന്ധവിശ്വാസങ്ങളെ എതിർക്കുകയും മനുഷ്യനെ മനുഷ്യനായി കാണുകയും ചെയ്യുന്ന ദർശനമാണത്. തിരണ്ടുകുളി, പുലകുളി തുടങ്ങിയ അടിയന്തിരങ്ങൾ നിരർത്ഥകമാണെന്ന് ഗുരു പറഞ്ഞു. 'മൃതശരീരത്തെ ഉടനെ ദഹിപ്പിക്കേണ്ടതാണ്. മറ്റുവിശേഷവിധികളൊന്നും പാടില്ല. പരേതനെപ്പറ്റി ചിന്തിച്ച് പത്തുദിവസം ആളുകൾ പൂജചെയ്യണം. മരണാനന്തരം വൻതുക ചടങ്ങുകൾക്കായി ചെലവഴിക്കരുത്.'

അറിവ് ലഭിക്കുമെങ്കിൽ മാത്രമേ സാത്വികവും സ്നേഹസമ്പന്നവുമായ ജീവിതം നയിക്കാൻ കഴിയൂ. 'വിദ്യകൊണ്ട് പുരോഗതി നേടുക' എന്ന വചനം ശ്രദ്ധിക്കുക. ധാരാളം പള്ളിക്കൂടങ്ങൾ നിർമ്മിക്കേണ്ടതുണ്ടെന്ന് ഗുരു ഈ സമയത്ത് പറയുന്നുണ്ട്. കഴിവുള്ളവരിൽനിന്ന് പണം പിരിച്ച് പള്ളിക്കൂടം തുടങ്ങാൻ ഗുരു നിർദ്ദേശവും നൽകുന്നു. തിരുവനന്തപുരത്തെ പുലയമഹാസഭയിൽ വച്ച് ഗുരുദേവൻ നടത്തിയ പ്രസംഗത്തിൽ നിന്ന് ഒരു ഭാഗമിതാ...

'മനുഷ്യർ ഒക്കെ ഒരു ജാതിയാണ്. അവരുടെ ഇടയിൽ സ്ഥിതിഭേദമല്ലാതെ ജാതിഭേദമില്ല. ഉണ്ടാകാൻ നിവൃത്തിയുമില്ല. ചിലർക്കു പണവും പഠിപ്പും ശുചിത്വവും മറ്റും കൂടുതലായിരിക്കും. മറ്റു ചിലർക്ക് അതൊക്കെ കുറവായിരിക്കും. ചിലരുടെ നിറമായിരിക്കുകയില്ല മറ്റു ചിലരുടെ നിറം. ഈ മാതിരിയുള്ള വ്യത്യാസങ്ങളല്ലാതെ മനുഷ്യർക്കു ജാതിവ്യത്യാസമില്ല. ജനങ്ങൾക്കിപ്പോൾ ധനവും വിദ്യയുമില്ലാത്ത കുറവുകൾ ധാരാളമുണ്ട്. ഇതുരണ്ടും ഉണ്ടാകുകയാണ് വേണ്ടത്. വിദ്യാഭ്യാസം പ്രധാനമായും വേണം. അതുണ്ടായാൽ ധനവും ശുചിത്വവും എല്ലാം ഉണ്ടാകും. നിങ്ങൾക്കു പണമി

ല്ലെന്ന് പറയുന്നത് ശരിയല്ല. നിങ്ങളൊക്കെ പണമാണല്ലോ. ദിവസേന വേലചെയ്തു പണം ഉണ്ടാക്കാത്തവരായി നിങ്ങളിൽ ആരുമില്ല. ഇപ്പോൾ അത് മദ്യപാനം ചെയ്തും മറ്റും വെറുതേ പോകുന്നു. അതിൽ ഓരോ അണ വീതമെങ്കിലും മാസംതോറും നിങ്ങളൊക്കെ ഒരു പൊതുഭണ്ഡാരത്തിലിട്ടു പൂട്ടിയാൽ അതുകൊണ്ടു നിങ്ങളുടെ കുട്ടികളെ വിദ്യ അഭ്യസിപ്പിക്കാം. മറ്റാരുടേയും സഹായം കൂടാതെതന്നെ നിങ്ങൾക്ക് വളരെയൊക്കെ സാധിക്കും.'

സമൂഹപുനർനിർമ്മിതിക്ക് വിദ്യാഭ്യാസം കഴിഞ്ഞാൽ വ്യവസായമാണ് പ്രധാനമെന്ന് ഗുരു കണ്ടു. 'പാവപ്പെട്ടവർ സാമ്പത്തികമായ ക്ലേശം അനുഭവിക്കുന്നു. വ്യവസായം കൊണ്ടല്ലാതെ ധനാഭിവൃദ്ധിയുണ്ടാവാൻ സാധിക്കുകയില്ല. ഇക്കാര്യത്തിലും ധനവാന്മാരുടെ ശ്രദ്ധയാണ് പതിയേണ്ടത്. പലമാതിരി യന്ത്രങ്ങൾ വരുത്തി കൈപ്പണികൾ നടത്തുന്നതിനും ധനവാന്മാർക്കു മാത്രമേ സാധിക്കുകയുള്ളൂ. ഒരാളെക്കൊണ്ടു സാധിക്കാതെ വരുന്ന പക്ഷം പലർ കൂടി കമ്പനി ഏർപ്പെടുത്തി ഇപ്രകാരമുള്ള കാര്യങ്ങളിൽ സധൈര്യം വേണ്ടതു ചെയ്യേണ്ടതാണ്.' ഇത്തരത്തിൽ മാനുഷികശേഷി വികസിപ്പിക്കുന്ന വ്യവസായവത്കരണത്തെ ഗുരു പിൻതുണയ്ക്കുന്നു. പാവപ്പെട്ടവന്റെ അഭിവൃദ്ധി ലക്ഷ്യം വയ്ക്കുന്ന സാമുദായിക പരിഷ്കർത്താവിനെയാണ് നമുക്കിവിടെ കാണാനാവുന്നത്.

ഗുരുദർശനത്തിന്റെ പ്രധാനഘടകമാണ് മദ്യവർജനം. മദ്യം വിഷമാണ്, അതുണ്ടാക്കരുത്, കുടിക്കരുത്, കൊടുക്കരുത്. 'ചെത്തുകാരന്റെ ദേഹം നാറും, തുണി നാറും, വീടും നാറും അവൻ തൊട്ടതെല്ലാം നാറും.' എന്നാണ് ഗുരുവിന്റെ പ്രസ്താവന. 1920ലായിരുന്നു അത്. മദ്യവിൽപനകൊണ്ട് ലാഭമുണ്ടാക്കാൻ കഴിയും. എന്നാലും അത് വർജിക്കേണ്ടതുതന്നെയെന്ന് ഗുരു എടുത്തുപറയുന്നു. വ്യവസായങ്ങളെ പ്രോത്സാഹിപ്പിക്കണമെന്ന് പറഞ്ഞത് നേരത്തേ പരാമർശിച്ചല്ലോ. എന്നാൽ വ്യവസായവൽക്കരണത്തിനടിസ്ഥാനമായി മാനവികതയെ പ്രതിഷ്ഠിക്കുന്നതാണ് ഗുരുദർശനം. ഒരവയവത്തിന് കുഷ്ഠരോഗമുണ്ടായാൽ ദേഹത്തെ മുഴുവൻ അത് നശിപ്പിക്കുന്നതുപോലെ ചെത്ത് സമുദായത്തെ കാർന്നു തിന്നു നശിപ്പിക്കുമെന്ന് അദ്ദേഹം വിശദീകരിക്കുന്നു. ചെത്താനുള്ള കത്തി നാലാക്കിയാൽ ഓരോ കഷണംകൊണ്ടും ക്ഷൗരത്തിനുള്ള ഓരോ കത്തി ഉണ്ടാക്കാമെന്നും അതുകൊണ്ടു നടക്കുന്നതാണ് ചെത്തിനേക്കാൾ മാനമെന്നും അത് ആദായമുണ്ടാക്കാൻ പര്യാപ്തമാണെന്നും ഗുരു പറയുമ്പോൾ അദ്ദേഹത്തിന്റെ വീക്ഷണം

വ്യക്തമാകുന്നു.

'മദ്യപാനം കഴിയുന്നതും നിറുത്തണം. ഇനി കുട്ടികളെ കള്ളു കുടിക്കാൻ അനുവദിക്കരുത്. പ്രായംചെന്നവരും കഴിയുന്നതും മാറ്റണം. സഭ കൂടി പറയേണ്ടത് മദ്യപാനം മുതലായതുകളെ നിറുത്താനാണ്.'

മിശ്രവിവാഹം, പന്തിഭോജനം-ഇവയെ പ്രോത്സാഹിപ്പിക്കാൻ ഗുരു ശ്രമിച്ചു. തൊട്ടുകൂടാത്തവരും തീണ്ടിക്കൂടാത്തവരും ദൃഷ്ടിയിൽപ്പെട്ടാലും ദോഷമുള്ളവരും ചേർന്ന് ഒരു കളരിയിലിരുന്ന് ആഹാരം കഴിക്കുന്നതിനെക്കുറിച്ച് യഥാസ്ഥിതികർക്ക് ചിന്തിക്കാൻ കഴിയാത്ത കാലം നമ്മുടെ കൊച്ചുകേരളത്തിൽ ഉണ്ടായിരുന്നു. ഇന്നൊരുപക്ഷേ, ആർക്കും ഇത് മനസ്സിലാക്കാൻ തന്നെ സാധിക്കുകയില്ല. ഗുരു അത്തരക്കാരുടെ ഇടയിലേക്ക് തൊടുത്തുവിട്ട ചോദ്യം കേരളമാകെ അലയടിച്ചു. ഒരുമിച്ചിരുന്ന് ആഹാരിച്ചതുകെണ്ട് ഒന്നും ഇല്ലാതെയാകുന്നില്ല. എന്നുമാത്രമല്ല പാരസ്പര്യത്തിന്റെ പുതിയ സ്നേഹശാസ്ത്രം ഉടലെടുക്കുകയാണെന്നും അപ്പോഴാണ് മനുഷ്യൻ എന്ന പദത്തിന് അർത്ഥമുണ്ടാകുന്നതെന്നും ഗുരു പറഞ്ഞുവച്ചു. വിവിധ ഇടങ്ങളിലായി പന്തിഭോജനം നടന്നു. ഇതിലൂടെ അധഃകൃതജനത മുഖ്യധാരയിലേക്ക് വരാനുള്ള അത്മവിശ്വാസം നേടിയെടുത്തു.

ചരിത്രവും പാരമ്പര്യവും വച്ചു പറയുകയാണെങ്കിൽ ലോകാരംഭം മുതൽ തന്നെ മിശ്രവിവാഹങ്ങൾ നടന്നുവെന്നു കരുതണം. മുക്കുവസ്ത്രീയിൽ പരാശരസ്ത്രീക്കു ജനിച്ച സന്താനമാണല്ലോ വ്യാസൻ. പറച്ചിപെറ്റ പന്തിരുകുല കഥ പ്രസിദ്ധമാണല്ലോ. ചക്കാല സ്ത്രീയിൽ നമ്പൂതിരിക്കു ജനിച്ച സന്താനമാണ് തുഞ്ചത്തെഴുത്തച്ഛനെന്നു പറയപ്പെടുന്നു. മിശ്രവിവാഹങ്ങൾക്ക് പാരമ്പര്യത്തിൽ നിന്ന് ഉദാഹരണങ്ങൾ എത്രവേണമെങ്കിലും നിരത്താം. പിന്നീട് മനുഷ്യൻ മനുഷ്യനെ വർണ്ണങ്ങൾ കൊണ്ട് മാറ്റിനിർത്തി. ഈ പ്രവണത ജാതീയമായ ഉച്ചനീചത്ത്വങ്ങൾ വളർത്തുമെന്നുകണ്ടാണ് ഗുരു മിശ്രവിവാഹങ്ങൾ പ്രോത്സാഹിപ്പിക്കാൻ ഇറങ്ങുന്നത്. ഉൽപതിഷ്ണുക്കൾ ഗുരുവിനെ അനുകൂലിച്ചു.

ഗുരുവിന്റെ ആശയത്തിനു പിൻബലമേകാൻ യുവാക്കൾ മുന്നോട്ടു വന്നു. ഗുരുദേവൻ ശിവഗിരിയിലുള്ള കാലത്ത് ധാരാളം മിശ്രവിവാഹങ്ങൾ നടത്തിച്ചു.

ഗുരു ആശയസംവാദം നടത്തിയിരുന്ന രണ്ടുപേരായിരുന്നു സഹോദരൻ അയ്യപ്പനും സി.വി. കുഞ്ഞിരാമനും. ഗുരുവിനോട്

തുറന്നടിച്ചു സംസാരിക്കാൻ രണ്ടുപേരും മടിച്ചിരുന്നില്ല. എന്നാൽ ഗുരുവിനെ ബഹുമാനത്തോടെ കാണാനും അവർക്കായി. മിശ്രഭോജനം നടത്തി. 'പുലയൻ അയ്യപ്പൻ' എന്ന ബിരുദവും സമ്പാദിച്ച് അഭിമാനത്തോടെ നടന്ന സഹോദരൻ അയ്യപ്പൻ തന്റെ പ്രസ്ഥാനത്തിനെതിരെയുള്ള യാഥാസ്ഥിതികരുടെ നിലപാട് ശക്തമായപ്പോൾ ഗുരുവിനെ സന്ദർശിച്ച് കാര്യങ്ങൾ വിശദീകരിച്ചു. മിശ്രഭോജനത്തെ അംഗീകരിച്ച ഗുരുവാകട്ടെ അയ്യപ്പന് എല്ലാ സഹായങ്ങളും വാഗ്ദാനം ചെയ്തു. എതിർപ്പുകണ്ട് ഭയക്കേണ്ടെന്നും എന്നാൽ ക്ഷമിക്കേണ്ട സന്ദർഭങ്ങളിൽ ഭൂമിയോളം ക്ഷമ കാണിക്കണമെന്ന ഉപദേശവും ഗുരു നൽകി. മിശ്രഭോജനത്തേയും മിശ്ര വിവാഹത്തേയും അംഗീകരിച്ചുകൊണ്ടുള്ള മഹാസന്ദേശം ഇതേതുടർന്നാണദ്ദേഹം നൽകിയത്. ഈ സന്ദേശം പിൽക്കാല പ്രവർത്തനങ്ങളിൽ അയ്യപ്പന് വലിയ ഊർജ്ജം നൽകി.

ജാതി വിചാരവും മതഭ്രാന്തും തൂത്തെറിഞ്ഞാൽ മാത്രമേ പ്രബുദ്ധകേരളം സൃഷ്ടിക്കപ്പെടുകയുള്ളൂ. അരുവിപ്പുറത്തെ ആശ്രമത്തിന്റെ ചുവരിൽ അദ്ദേഹം ഇങ്ങനെ എഴുതിവച്ചു.

ജാതിഭേദം മതദ്വേഷം
ഏതുമില്ലാതെ സർവരും
സോദരത്വേന വാഴുന്ന
മാതൃകാസ്ഥാനമാണിത്.

ഇതേ ആശയം പിൻപറ്റിയാണ് കുമാരനാശാൻ ഇക്കാലത്ത് ദുരവസ്ഥ രചിക്കുന്നത്. മലബാർ ലഹളയിൽനിന്നും രക്ഷപ്പെട്ട് ചാത്തന്റെ ചാളയിൽ അഭയം തേടേണ്ടിവന്ന പതിനെട്ടുവയസായ സാധു സാവിത്രി അന്തർജ്ജനം ഒടുവിൽ സ്വയം ചാത്തനെ ഭർത്താവായി വരിക്കാൻ ശ്രമിക്കുന്നു. അതിൽ അവൾ വിജയിക്കുന്നു. ചാത്തൻ തമ്പ്രാട്ടിയിൽനിന്നും ഒഴിഞ്ഞുമാറിയിട്ടും സാവിത്രിയ്ക്ക് ഒഴിഞ്ഞുമാറാൻ കഴിഞ്ഞില്ല. മിശ്രവിവാഹ പ്രവർത്തകർക്ക് ദുരവസ്ഥ വലിയ പ്രചോദനമായി.

കേരളം പ്രബുദ്ധതയിലേയ്ക്ക് കാൽവയ്ക്കാൻ തുടങ്ങി...

OO

ഒമ്പത്

മൂന്നു പ്രതിഷ്ഠകൾ അഥവാ എന്താകുന്നു പ്രതിഷ്ഠകൾ?

മുരുക്കുംപുഴ..... ഇവിടെ ഗുരുദേവൻ ഒരു ക്ഷേത്രം സ്ഥാപിക്കാൻ പോവുകയാണ്. ഇതിനുമുമ്പ് ഗണപതിയും വിഷ്ണുവും ദേവിയുമൊക്കെ പ്രതിഷ്ഠിച്ചിട്ടുണ്ട്. ഇത്തവണ എന്തായിരിക്കുമെന്നറിയാൻ അവിടെ കൂടിയവർക്കൊക്കെ ആകാംക്ഷയുണ്ടായിരുന്നു. ഗുരുവാകട്ടെ ക്ഷേത്രം സ്ഥാപിക്കാൻ പോകുന്നു എന്നുമാത്രമേ പറഞ്ഞിട്ടുള്ളൂ. അതിരാവിലെ മുതൽ കാണികൾ തടിച്ചുകൂടാൻ തുടങ്ങി. വൈകുന്നേരം വരെ ഗുരു ധ്യാനത്തിലായിരുന്നു. സന്ധ്യയായി, ഗുരു മുരുക്കുംപുഴയിലെ ചെറിയ കുന്നിനുമുകളിൽ നിന്നു. ക്ഷേത്രം പണികഴിപ്പിക്കാൻ തീരുമാനിച്ചിടത്ത് ചെറിയ കോവിൽ കെട്ടിയിരുന്നു. ഗുരു അതിലേയ്ക്കു കയറി നിന്നു. കൈയിൽ ഒരു വിഗ്രഹം പോലുമില്ല. ഇനി എന്താവും സംഭവിക്കുക? എല്ലാവരുടെയും കണ്ണുകൾ ഗുരുവിലേയ്ക്ക്.

'ഒരു കരിക്കട്ട കൊണ്ടുവരൂ...'

ഗുരു പറഞ്ഞു.

ശിഷ്യരിലാരോ അടുപ്പിൽനിന്നും എടുത്തുപേക്ഷിച്ച കരിക്കട്ട കഷ്ണം കൊണ്ടുവന്നു കൊടുത്തു. ഒരു നിമിഷം ചിന്തിച്ചുനിന്ന അദ്ദേഹം ചുവരിൽ ഇങ്ങനെ എഴുതി.

'സത്യം, ചുമതല, ദയ, സ്നേഹം.'

എല്ലാവരും അത്ഭുതസ്തബ്ധരായി. ചുറ്റും മുറുമുറുപ്പ് ഉയർന്നു. ഗുരു എന്താണീ കാണിക്കുന്നത്. ചുമരിൽ നാലുവാക്കുകൾ എഴുതിയിടുന്നതു കാണുവാനല്ലല്ലോ ഞങ്ങളിവിടെ കൂടിയത്. പ്രതിഷ്ഠ എവിടെ? മനസ്സിൽ ക്ഷമ തീരെയില്ലാത്ത ഒരുവൻ രണ്ടും കൽപിച്ച് ആരാഞ്ഞു. 'അല്ലാ സ്വാമിൻ.... പ്രതിഷ്ഠ?'

'ഉം... അതുതന്നെ പ്രതിഷ്ഠ.'

'അപ്പോൾ നാലുവാക്കുകളെ ധ്യാനിച്ചാൽ മതി എന്നാണോ?'

'സംശയമെന്ത് എന്താ അത്മീയജീവിതത്തിൽ സത്യവും ദയയും ചുമതലയും സ്നേഹവുമൊന്നും പാടില്ലെന്നുണ്ടോ?'

അപ്പാഴാണ് അവിടെ കൂടിയവർക്ക് വാക്കുകളുടെ പരംപൊരുൾ തിരിഞ്ഞുകിട്ടിയത്. ജീവിതത്തിൽ വാക്കുകളുടെ ശക്തിയെക്കുറിച്ചും വാക്കുപാലിക്കേണ്ടതിന്റെ ആവശ്യകതയെക്കുറിച്ചും വിശിഷ്യ നാല് വാക്കുകൾക്ക് മനുഷ്യജീവിതത്തിലുള്ള സ്ഥാനമെന്തെന്നും ഗുരു ലഘുപ്രഭാഷണം നടത്തി. ഗുരുവിന്റെ ക്ഷേത്രപ്രതിഷ്ഠകളിൽ രണ്ടാംഘട്ടത്തെ മുരുക്കുംപുഴ പ്രതിനിധീകരിക്കുന്നു. വിഗ്രഹപ്രതിഷ്ഠകളുടേതാണ് ഒന്നാംഘട്ടം. ക്ഷേത്രങ്ങളിൽ വിഗ്രഹം അത്യാവശ്യമുള്ളതല്ലെന്നു മനസ്സിലാക്കുന്നതാണ് രണ്ടാംഘട്ടം.

വിഗ്രഹം തന്നെ വേണമെന്നില്ല. ഒരു വാക്കോ, വാക്കുകളുടെ കൂട്ടമോപോലും പ്രതിഷ്ഠയാവാം. പ്രതിഷ്ഠ ഒരു ഓർമ്മപ്പെടുത്തലാണ്. അവനവനെ തേടാനുള്ള ഓർമ്മപ്പെടുത്തൽ. എത്രപേരത് അറിയുന്നുണ്ട് എന്നത് വേറെ കാര്യം.

പിന്നീട് ഗുരു കളവങ്കോട്ടേക്ക് പോയി. കളവങ്കോട്ടെ ഗ്രാമവാസികൾ ക്ഷേത്രത്തിന്റെ ആവശ്യം പലപ്പോഴായി പറഞ്ഞപ്പോഴൊക്കെ ഗുരു 'സമയം വരട്ടെ' എന്നാണ് മറുപടി നൽകിയത്. അങ്ങനെ പ്രതികരിച്ചതിൽ നാട്ടുകാരിൽ ചിലർക്ക് അതൃപ്തിയും ഉണ്ടായിരുന്നു. ഗുരു നമ്മോടു മാത്രം അകൽച്ച കാണിക്കുന്നു എന്നായി ചിലർ. അങ്ങനെ നിർബന്ധത്തിനു വഴങ്ങിയാണ് കളവങ്കോട്ടെത്തിയത്. ഗുരുവിന്റെ കൈയിൽ കടലാസിൽ പൊതിഞ്ഞ എന്തോ സാധനമുണ്ടായിരുന്നു. കടലാസെടുത്തു മാറ്റിയപ്പോഴാണ് എന്താണെന്നു മനസ്സിലായത്. ഒരു കണ്ണാടി. അദ്ദേഹം അവിടെ അതാണു പ്രതിഷ്ഠിച്ചത്!.

'ഗുരോ കണ്ണാടിയിൽ നോക്കുമ്പോൾ അവനവനെത്തന്നെയല്ലേ കാണുക? ദൈവത്തെയല്ലല്ലോ?'

'അവനവനെകാണൽ തന്നെയല്ലേ ഈശ്വരൻ?'

'പക്ഷേ, അവനവനെ ധ്യാനിക്കാൻ കഴിയുമോ?'

'കഴിയണം. നിങ്ങൾക്കുതന്നെ നിങ്ങളുടെ മുഖം അലോസരമെങ്കിൽ മറ്റുള്ളവർക്കെന്താവും?'

'അപ്പോൾ ഗുരു പറഞ്ഞുവരുന്നത്?'

'അതെ കല്ലുകളിലും പഞ്ചലോഹനിർമ്മിതമായ ഈശ്വരപ്രതിമകളിലും ഇനി മനുഷ്യൻ നോക്കേണ്ട. അവനവന്റെ ഉള്ളിലുള്ള ബോധം മനസ്സിലാക്കി ജീവിക്കുക.'

ഭഗവദ്ഗീത പറയുന്നു: 'നീ നിന്നെത്തന്നെ അറിഞ്ഞു പ്രവർത്തിക്കുക.' ഇതിന്റെ പ്രയോഗവത്കരണമാണ് നാരായണഗുരു ചെയ്തത്. പ്രതിഷ്ഠാകർമ്മങ്ങളിൽ താത്ത്വികമായി മൂന്നാംഘട്ടത്തെ പ്രതിനിധീകരിക്കുന്നു കണ്ണാടി പ്രതിഷ്ഠ.

പ്രതിഷ്ഠാരീതികളെ ഒരു ജീവചരിത്രകാരൻ ഇങ്ങിനെ വിലയിരുത്തുന്നു. പാരതന്ത്ര്യം അനുഭവിച്ചുകൊണ്ടിരുന്ന മനുഷ്യനെ അവന്റെ സകല ചങ്ങലകളും പൊട്ടിച്ച് സ്വതന്ത്രനാക്കി. കൂടാതെ അനാവശ്യമായ ഈശ്വരനെ കല്ലിൽ പ്രതിഷ്ഠിച്ചു. ഒടുവിൽ മനുഷ്യൻ ബോധവാനാകാറായി എന്നു തോന്നിയപ്പോൾ കരിങ്കല്ലിനു പകരം കണ്ണാടി പ്രതിഷ്ഠിക്കുകയും ചെയ്തു.

തലശ്ശേരിയിൽ ജഗനാഥക്ഷേത്രനിർമ്മാണം കഴിഞ്ഞയുടൻ ഗുരു പറഞ്ഞത് ക്ഷേത്രത്തിൽ അധഃകൃതർക്കും പ്രവേശനം നൽകണമെന്നായിരുന്നു. എന്നാൽ ഒരു വിഭാഗം ജനങ്ങൾക്ക് അതിനോട് യോജിപ്പില്ലായിരുന്നു. 'ജ്ഞാനോദയം' യോഗത്തിൽ ഇതിനെപ്പറ്റി വലിയ ചർച്ച നടന്നു. ക്ഷേത്രം പണിയണമെന്ന ആശയം ഉടലെടുത്തപ്പോഴുണ്ടായ ചർച്ചയേക്കാൾ ചൂടുപിടിച്ച ചർച്ചയായിരുന്നു അത്. മൂർക്കോത്തു കുമാരൻ തുടങ്ങിയ പുരോഗമനവാദികൾ ശ്രീനാരായണഗുരുവിന്റെ അഭിപ്രായത്തോട് പൂർണ്ണമായും യോജിച്ചു. അധഃകൃതരുടെ ക്ഷേത്രപ്രവേശനത്തെക്കുറിച്ചുള്ള ഭിന്നത കുറേക്കാലം നിലനിന്നു. ഈ പ്രശ്നത്തിനു തീർപ്പുകൽപ്പിക്കാനുള്ള ചുമതല ഗുരുദേവനിൽത്തന്നെ വന്നുചേർന്നു. ജനങ്ങൾ തിങ്ങിനിറഞ്ഞ ഒരു സഭയിൽവച്ച് ഗുരു ഇങ്ങനെ തീർപ്പുകൽപ്പിച്ചു.

'ക്ഷേത്രത്തിൽ പുലയരെ കടത്താം. കടത്തണം.'

അങ്ങനെ ഗുരു കൽപിച്ച നിമിഷം അനേകജനങ്ങളുടെ മുന്നിൽ വച്ച് ഒരാളുടെ മുമ്പിലും തലകുനിക്കാത്ത മൂർക്കോത്താൻ എന്നറിയപ്പെടുന്ന മൂർക്കോത്തു കുമാരൻ സ്വാമികളുടെ കാൽക്കൽ ഇടിവെട്ടേറ്റ തെങ്ങുപോലെ ദീർഘ ദണ്ഡനമസ്കാരം ചെയ്തു. ഗുരുദേവൻ പെട്ടെന്നുള്ള വികാരപ്രകടനം കണ്ട് വികാരതരളിതനായി. ആളുകളൊക്കെ അന്തം വിട്ടുപോയി. ആ രംഗം കണ്ടുനിന്നവർ വളരെ വർഷങ്ങൾ കഴിഞ്ഞിട്ടും പുളകമാർന്നുകൊണ്ട് അതിനെപ്പറ്റി പറയാറുണ്ട്. ജീവിതത്തിൽ ആരോടും തലകുനിക്കാത്ത, ആരോടും ഒന്നും അപേക്ഷിച്ചിട്ടില്ലാത്ത മൂർക്കോത്തു കുമാരൻ ചെയ്ത ഒരേയൊരു നമസ്കാരമായിരുന്നു അത്.!

○○

പത്ത്
ജന്തുത ജയിക്കുന്നോ?

കേരളീയ സമൂഹത്തെക്കുറിച്ച് സൂക്ഷ്മമായി ചിന്തിച്ച ദാർശനിക നാണ് നാരായണഗുരു. മനുഷ്യരോട് മാത്രമല്ല ജന്തുക്കളോടും പ്രകൃതിയോടും സ്നേഹവും സാഹോദര്യവും പ്രകടിപ്പിക്കാനാണ് അദ്ദേഹം ഉപദേശിച്ചത്. ഭൂമിയിലെ ഒരു ജീവിയും ദുഃഖിക്കരുത് എന്നാഗ്രഹിച്ചുകൊണ്ടുവേണം നമ്മുടെ സുപ്രഭാതം ആരംഭിക്കാൻ. ഇവിടെ ഗുരുദേവന്റെ ദർശനം ബുദ്ധനോടു ചേർന്നു നിൽക്കുന്നു.

ഒരിക്കൽ കോട്ടാർ തെരുവിലൂടെ നടന്നുപോകവെ ഒരു കാളവണ്ടി എതിരെ വരുന്നതു കണ്ടു. കാളകൾ അത്യന്തം ക്ഷീണിച്ചിരുന്നു. അവയുടെ കണ്ണുകളിൽ നിന്ന് കണ്ണുനീരൊഴുകുന്നുണ്ടായിരുന്നു. ഗുരുദേവനെ കണ്ടമാത്രയിൽ കാളകൾ അനങ്ങാതെ അവിടെ നിന്നു. കാളവണ്ടിക്കാരൻ എത്രശ്രമിച്ചിട്ടും കാളകൾ അനങ്ങിയില്ല. കാളവണ്ടിക്കാരൻ ചാട്ടവാറുകൊണ്ട് അടിക്കാൻ തുടങ്ങിയപ്പോൾ ദീനമായ സ്വരം അവയിൽനിന്ന് പുറപ്പെട്ടു. ഗുരുദേവൻ 'അരുതേ അരുതേ' എന്നു വിളിച്ചുകൊണ്ട് ഓടിച്ചെന്നു. ഗുരുവിന്റെ മുഖഭാവം കണ്ട് കാളവണ്ടിക്കാരനും അലിവുതോന്നി. ഗുരുദേവൻ കാളകളെ തൊട്ടുതലോടിക്കൊണ്ട് 'വേദനിക്കേണ്ടാ... എല്ലാം മാറിക്കൊള്ളും' എന്നു പറഞ്ഞു. കാളകളുടെ മുഖത്തേക്കു തന്നെ ഏറെ നേരം നോക്കിനിൽക്കുകയും വാച്യാതീതമായ വിനിമയത്താൽ പ്രചോദിതനായി ഗുരു അങ്ങിനെ നിൽക്കുകയും ചെയ്തു. കാളകളുടെ കണ്ണുനീർ നിന്നു. 'ഇനി പൊയ്ക്കൊള്ളൂ' എന്ന സ്നേഹസ്പർശം നൽകിയപ്പോൾ കാളകൾ വീണ്ടും ചലിക്കാൻ ആരംഭിച്ചു. സഹജീവി സ്നേഹത്തിന്റെ തെളിവു മാത്രമല്ല ഈ കഥ. കാളയെ മർദ്ദിച്ചതിന് കാളവണ്ടിക്കാരനെ വഴക്കുപറയുന്നില്ല ഗുരു എന്നത് ശ്രദ്ധിക്കേണ്ടതാണ്. പുണ്യപാപങ്ങൾ പറഞ്ഞ് അയാളെ വരുതി

ക്കു വരുത്താൻ ശ്രമിക്കുന്നുമില്ല. നമുക്കു ചെയ്യാൻ കഴിയുന്നത് ചെയ്യുക. അത്രമാത്രം. സ്ഥാപനങ്ങൾ പണിയുമ്പോൾ കെട്ടിടനിർമ്മാണത്തിനും മറ്റുമായി സാധനങ്ങൾ കാളവണ്ടിയിൽ കടത്തേണ്ടിവരുന്ന സന്ദർഭങ്ങളിൽ കാളയുടെ കണ്ണുകളിലെ വേദനിപ്പിക്കുന്ന ജലംകൂടി കാണേണ്ടതുണ്ടെന്ന് ഗുരു പിന്നീട് പറയുന്നുണ്ട്.

മറ്റൊരിക്കൽ, ഗുരുദേവന്റെ മുൻകാല ജീവിതത്തിൽ, വനത്തിൽ കഴിഞ്ഞ നാളുകളെക്കുറിച്ച് ചോദിക്കുന്ന അവസരത്തിൽ അദ്ദേഹം പറയുന്നതിതാണ്. 'നാം കാട്ടിലിരിക്കുമ്പോൾ അതുകൾക്ക് നമ്മോടു വലിയ സ്നേഹമായിരുന്നു. ചുറ്റും വന്നിരുന്ന് നമ്മുടെ ശരീരത്തെ നല്ലവണ്ണം സൂക്ഷിച്ചു വന്നു. നാം അവറ്റയെ സ്നേഹിച്ചതുകൊണ്ടു അവയും നമ്മെ സ്നേഹിച്ചു.'

ഗുരുദേവൻ ജന്തുക്കളോടു കാണിച്ച സ്നേഹപാരവശ്യത്തിന് മറ്റൊരു സംഭവം. ശിവഗിരിയുടെ ചുറ്റുപാടും കുറ്റിക്കാടുകൾ നിറഞ്ഞ പ്രദേശമായിരുന്നു. ആ കാട്ടിലാകട്ടെ ധാരാളം ചെറുജന്തുക്കളുണ്ടായിരുന്നു. ശിവഗിരിയുടെ പ്രാന്തപ്രദേശങ്ങളിൽ കാട്ടുജന്തുക്കൾ സ്വൈര്യമായി വാഴുന്നുണ്ടെന്ന വിവരം വേട്ടക്കാർ അറിഞ്ഞ് അവർ തോക്കുമായി എത്തി. വൈകിട്ട് ജനാലയിലൂടെ നോക്കുമ്പോൾ വെള്ളനിറത്തിലുള്ള മുയൽ പ്രാണരക്ഷാർത്ഥം കണ്ണുതുറപ്പിച്ച്, ഭയന്നുവിറച്ച് ഓടിവരുന്നു. അത് ഓടിവരികയും ഗുരുദേവന്റെ മുറിയിൽ കയറി കസേരക്കടിയിൽ വന്ന് ഒളിച്ചിരിക്കുകയും ചെയ്തു. അതിന്റെ ഹൃദയം ശക്തിയിൽ മിടിക്കുന്നുണ്ടായിരുന്നു. ഗുരു മുയലിനെ കൈയാൽ കോരിയെടുത്ത് ആശ്രമത്തിലുള്ളവരെയെല്ലാം കാണിച്ചു. 'പാവം ഭയപ്പെട്ടു വിറയ്ക്കുന്നു' എന്നു പറഞ്ഞുകൊണ്ട് അവരെയെല്ലാം മുയലിനെ ഒന്നു സ്പർശിക്കാൻ പറഞ്ഞു. എല്ലാവർക്കും ജീവന്റെ ഭയമെന്തെന്ന് മനസ്സിലായി. സംഭവമറിഞ്ഞ വേട്ടക്കാർ പിന്നീട് അവിടേയ്ക്ക് വരാതായി. മാത്രമല്ല കൈതക്കോണത്ത് നീലകണ്ഠൻ എന്ന വേട്ടക്കാരൻ ഗുരുവിനെ നേരിൽകണ്ട് ഖേദം പ്രകടിപ്പിക്കുകയും ചെയ്തു. 'അനുകമ്പാദശകം' എന്ന് കൃതിക്ക് പേരിടാൻ ഗുരുവിനു മാത്രമേ കഴിയൂ. ജന്തുക്കളോടും മനുഷ്യരോടും സമഭാവനയോടെ പെരുമാറുന്ന മനുഷ്യജീവിത സംസ്കാരമാണ് ഗുരു നമ്മോട് ആവശ്യപ്പെടുന്നത്. പറവൂർ മുതൽ നെയ്യാറുകരവരെയുള്ള പഴയ ദേവീക്ഷേത്രങ്ങളിൽ നിലനിന്ന, ആട്-കോഴി ബലികൾ നിർത്തലാക്കാൻ ഗുരു ഉപദേശം നൽകി. അവർ അതോടെ ബലി നിർത്തി.

അരുളൻപനുകമ്പ മൂന്നിനും

പൊരുളൊന്നാണതു ജീവിതാരകം
അരുളുള്ളവനാണു ജീവിയെ
ന്നുരുവിട്ടീടുകയീനവാക്ഷരി

വെറുപ്പിനെ സ്നേഹംകൊണ്ട് മറികടക്കാമെന്ന് വിശ്വസിച്ചവനാണ് ഗുരു. കോപവാക്ക്, ഈർഷ്യത്തോടെയുള്ള പെരുമാറ്റം ഇവയൊന്നും ഗുരുവിൽനിന്ന് ശത്രുക്കൾക്കുപോലും ലഭിച്ചില്ല.

'ഒരു പീഡയെറുമ്പിനും വരു
ത്തരുതെന്നുള്ളനുകമ്പയും സദാ
കരുണാകര നൽകുകുള്ളിൽ നിൻ
തിരമെയ് വിട്ടകലാതചിന്തയും.'

എന്നതായിരുന്നു ഗുരുവിന്റെ പ്രാർത്ഥന. ജീവകാരുണ്യത്തിന്റെ മഹിമ വിവരിക്കുന്ന 'ജീവകാരുണ്യപഞ്ചകം' മനുഷ്യൻ അനുഷ്ഠിക്കേണ്ട അഹിംസയെക്കുറിച്ചാണ് പറയുന്നത്. എല്ലാ ജീവികളും ആത്മസഹോദരരാണെന്നു മനസ്സിലാക്കിക്കൊണ്ടുള്ള ജീവിതമാണ് യഥാർത്ഥ മനുഷ്യജീവിതം. മനുഷ്യജീവിതമെന്നാൽ മനുഷ്യരല്ലാത്തവരെക്കൂടി പരിഗണിക്കലാണ്. മറ്റുജീവികളെ കൊല്ലുന്നതും മാംസം ഭക്ഷിക്കുന്നതും കാരുണ്യമില്ലായ്മയാണ്. കൊല്ലാവ്രതം നിങ്ങൾക്ക് എടുക്കാൻ കഴിയുമെങ്കിൽ അതാണ് ഉത്തമം.

'കൊല്ലായ്കിലവൻ ഗുണമുള്ള പൂമാ
നല്ലായ്കിൽ മൃഗത്തൊടു തുല്യനവൻ
കൊല്ലുന്നവനില്ല ശരണ്യത മ
റ്റെല്ലാ വക നൻമയുമാർന്നീടിലും'

ഭൂമിയിൽ ജീവിക്കുന്ന എല്ലാ ജീവജാലങ്ങളും രണ്ടു ചിറകിന്മേൽ പറക്കുന്ന പക്ഷികളും നിങ്ങളെപ്പോലുള്ള ജനത തന്നെയാണ് എന്ന ഖുർആൻ വചനം ഓർമയിലെത്താനിടയുണ്ട് ഗുരുവിന്റെ പരജീവി സ്നേഹത്തെക്കുറിച്ച് പഠിക്കുമ്പോൾ. ഗുരുവിന്റെ ദർശനങ്ങളെ അതേപടി ജീവിതത്തിൽ പകർത്തിയിരുന്നെങ്കിൽ ലോകത്ത് ഇത്രമേൽ ജന്തുത വളരുമായിരുന്നില്ല എന്നുതന്നെ കരുതണം. മഹാസൂക്തങ്ങൾ വെറുതെ ഉരുവിട്ടതുകൊണ്ടു കാര്യമില്ല, അത് ജീവിതത്തിൽ പകർത്താനും ആത്മാവിലേക്ക് സംലയിപ്പിക്കാനും നമുക്കു കഴിയണം.

○○

പതിനൊന്ന്

ജന്മദിനാഘോഷം, മുസ്ലിയാർസംവാദം, ഗൃഹസ്ഥാശ്രമം

1904-05 കാലഘട്ടം. ഗുരു വർക്കലയിലാണ്. അവിടെ ഒരു കുടിൽ കെട്ടി താമസിക്കുകയാണ്. പ്രകൃതി ജീവനം എന്നുതന്നെ പറയാവുന്ന രീതിയിൽ വഴുതന, പയർ, കത്തിരി, വെണ്ട തുടങ്ങിയവ കൃഷി ചെയ്തും, ചെയ്യിച്ചുമുള്ള ജൈവ ജീവിതം. അരുവിപ്പുറത്തെന്നതുപോലെ ഇവിടെയും ഗുരുവിനെകാണാൻ ജനങ്ങൾ വന്നുകൂടാൻ തുടങ്ങി. കുന്നും പരിസരപ്രദേശങ്ങളും ഗുരുവിനായി പതിച്ചുകൊടുക്കപ്പെട്ടു. ആ സ്ഥലത്തിന് ശിവഗിരി എന്ന് പേരിട്ടത് ഗുരുവാണ്. പിന്നെ രണ്ടുകൊല്ലത്തേക്ക് അദ്ദേഹം ശിവഗിരിയിൽ ത്തന്നെ താമസിക്കുകയും മഠത്തിന്റെ പണി പൂർത്തിയാക്കുകയും ചെയ്തു. ക്രമേണ ശിവഗിരിയിൽ പൊതുക്ഷേത്രവും സംസ്കൃത വിദ്യാമന്ദിരവും സ്ഥാപിക്കുന്നതിനുള്ള പദ്ധതി തയ്യാറാക്കി.

1909 ചിങ്ങം 26-ാം തീയതി ഗുരുവിന്റെ 53-ാം ജന്മദിനാഘോഷമായിരുന്നു. അന്ന് ശിവഗിരിയിൽ ഒരു യോഗം കൂടുകയും ശാരദാമഠത്തിന് കല്ലുപാകുകയും ചെയ്തു. 'ജനനീ നവരത്നമഞ്ജരി' എന്ന സ്തോത്രകൃതി ഗുരു ഇവിടെവച്ചാണെഴുതിയത്. സംസ്കൃത പാഠശാല പുഷ്ടിപ്പെടുത്തുകയും സംസ്കൃതത്തിനുപുറമെ കണക്കും ഇംഗ്ലീഷും പഠിപ്പിക്കാൻ തീരുമാനിക്കുകയും ചെയ്തു. വിദ്യാഭ്യാസകാര്യത്തിൽ ആധുനികമായ രീതി അവലംബിക്കാൻ അദ്ദേഹത്തിനു താത്പര്യമായിരുന്നു.

അബ്ദുൾ അസീസ് എന്ന മുസ്ലിയാരുമായി ഗുരുവിന് ആത്മബന്ധമുണ്ടായിരുന്നു. ഒരു യാത്രയ്ക്കിടയിൽ മുസ്ലിയാരുടെ വസതിയിൽ താമസിച്ചവേളയിലാണ് മുസ്ലിയാരുടെ പാണ്ഡിത്യവും ചിന്താപരതയും ഗുരുവിന് ബോധ്യപ്പെടുന്നത്. ഖുറാനിലെ ജീവിതസത്യങ്ങളെക്കുറിച്ചും ബൈബിളിലെ സ്നേഹാംശത്തെക്കുറിച്ചും

ഹിന്ദുപുരാണങ്ങളിലെ കർമതത്ത്വത്തെക്കുറിച്ചും അവർ ചർച്ചചെയ്തു. അറബി, തമിഴ് ഭാഷകളിൽ മുസ്ലിയാരുടെ കഴിവിനെ ഗുരുദേവൻ വിലമതിച്ചിരുന്നു. ഇവർ തമ്മിൽ നടത്തിയ ചർച്ചയിൽനിന്ന്:

മുസ്ലിയാർ: ഉപദേശകന്മാർ എങ്ങിനെയുള്ളവരായിരിക്കണം?

ഗുരുദേവൻ: ശരിയും സമഗ്രമായ അറിവും നേടിയവരായിരിക്കണം.

മുസ: മനുഷ്യന്റെ ദുഃഖത്തിനു കാരണം ദാരിദ്ര്യം മാത്രമാണോ?

ഗുരു: അല്ല. അജ്ഞാനമാണു പ്രധാനകാരണം.

മുസ: തെറ്റായ അറിവല്ലേ അജ്ഞാനം?

ഗുരു: തീർച്ചയായും. ശരിയായ അറിവാണു ജ്ഞാനം.

മുസ: ശരിയായ അറിവുണ്ടാകുന്നതുവരെ തെറ്റായ അറിവ് ജനങ്ങളിൽ നിലനിൽക്കും.

ഗുരു: ഈ പ്രപഞ്ചം ഏകമയമായ ചൈതന്യമാണെന്നും, അതിന്റെ വെളിച്ചത്തിൽ മനുഷ്യനും മനുഷ്യനും തമ്മിൽ യാതൊരു വ്യത്യാസവുമില്ലെന്നുമുള്ളതാണു യഥാർത്ഥമായ അറിവ്.

മുസ: മനുഷ്യർ പലജാതിയിൽപ്പെട്ടവരും പല ദൈവങ്ങളെ ആരാധിക്കുന്നവരുമാണ്. ഇതിൽനിന്നും അവർ വിഭിന്ന വർഗ്ഗക്കാരാണെന്നു പറയാമോ?

ഗുരു: തെറ്റായ അറിവു ഭേദബുദ്ധി സൃഷ്ടിക്കുന്നു. അതിന്റെ ഫലമായി മാത്സര്യങ്ങളും ഉച്ചനീചഭാവങ്ങളും എപ്പോഴും ഉണ്ടാകുകയും അതു കലഹത്തിനു വഴിതെളിക്കുകയും ചെയ്യുന്നു.

മുസ: അതിനൊരു പോംവഴി?

ഗുരു: അവരെ ഉദ്ധരിക്കാൻ സിദ്ധിയും വിശുദ്ധിയും ബുദ്ധിയും സ്നേഹവുമുള്ള ഗുരുക്കന്മാർക്കേ കഴിയൂ. ബുദ്ധനും, ക്രിസ്തുവും, നബിയും വിജയിച്ചതും അവിടെയാണ്.

ഇത്തരത്തിൽ ഇവർ തമ്മിൽ സംസാരിക്കാൻ തുടങ്ങിയാൽ സ്ഥലത്തെ പ്രധാനപണ്ഡിതന്മാർ കേൾക്കാനായി കൂടുക സാധാരണമാണ്. ആയിരം കൃതികൾ വായിച്ചാൽ കിട്ടുന്ന ചിന്താസമുദ്രം ഇവരുടെ സംഭാഷണം കേട്ടാൽ ലഭിക്കുമായിരുന്നു.

മറ്റൊരു സന്ദർഭത്തിൽ ഇവരുടെ സമാഗമത്തിന് രസകരമായ പരിണതിയുണ്ടായി. ഗുരുദേവൻ വർക്കലത്തോടിലൂടെ വള്ളത്തിൽ യാത്രചെയ്യുകയായിരുന്നു. അരിവാളം എന്ന സ്ഥലത്തെത്തി. ഗുരു തുഴച്ചിൽ നിർത്താൻ ആവശ്യപ്പെടുകയും അടുത്തുള്ള മുസ്ലിയാർ വീട്ടിൽ ഉണ്ടോ എന്നന്വേഷിക്കുവാനും പറഞ്ഞു. അനുയായി മുസ്ലിയാരുടെ വീട്ടിലെത്തി ഗുരുവിളിക്കുന്നു എന്ന് അറിയിച്ചപ്പോൾ

'ഞാൻ വരുന്നില്ല' എന്ന പൗരുഷമായ മറുപടിയാണ് കിട്ടിയത്. ഗുരുദേവൻ മുസ്ലിയാരുടെ വീടിനെ ലക്ഷ്യമാക്കി നടന്ന്, വീട്ടിലെത്തി. ഗുരുദേവൻ ഒന്നും ചോദിച്ചില്ല. മുസ്ലിയാർ പറഞ്ഞു. 'ഞാൻ അങ്ങോട്ടുവന്നാൽ സ്വാമി എന്റെ വീട്ടിൽ കയറാതെ പോകും' ഗുരുദേവൻ പുഞ്ചരിച്ചു. ഏറെ നേരം അവർ ലോകവിഷയകമായ നാനാതരം ചർച്ചകളിൽ മുഴുകുകയും ചെയ്തു.

തമിഴിലെ പ്രകൃഷ്ട കൃതിയായ തിരുക്കുറൾ, സന്ന്യാസത്തെക്കാൾ മേൻമയേറിയ ജീവിതശൈലിയായി ഗൃഹസ്ഥാശ്രമത്തെ കാണുന്നു. ഗുരുദേവന് ധാരാളം ഗൃഹസ്ഥ ശിഷ്യന്മാർ ഉണ്ടായിരുന്നു. അവരിൽ പലരും മാസത്തിലൊരിക്കൽ ശിവഗിരിയിലെത്തി ഗുരുവിനെ വന്ദിക്കുമായിരുന്നു. പാണാവള്ളി കൃഷ്ണൻ വൈദ്യർ, മാർത്താണ്ഡൻ വൈദ്യർ, ശീമമാർത്താണ്ഡൻ വൈദ്യർ, മൂലൂർ പത്മനാഭപണിക്കർ, മൂർക്കോത്തു കുമാരൻ, സി.വി. കുഞ്ഞിരാമൻ, കൊറ്റ്യത്ത് രാമുണ്ണി വക്കീൽ, അയ്യാക്കുട്ടി ജഡ്ജി, ഗോവിന്ദൻ ജഡ്ജി, വർക്കല പ്ലാവിള കേശവൻ മേസ്തിരി, ചിലന്തിക്കുഴി കേശവൻ മേസ്തിരി, വക്കത്തു കൊച്ചുപപ്പു തരകൻ, വേലു സന്ന്യാസി, വേലായുധൻ തരകൻ, പേട്ടയിൽ മാതുകുത്തകക്കാരൻ തുടങ്ങിയവർ ഗൃഹസ്ഥശിഷ്യ പരമ്പരയിൽപെടുന്നവരാണ്.

ഗൃഹസ്ഥാശ്രമശിഷ്യന്മാർ ചേർന്നാണ് ചതയവ്രതസംഘം രൂപീകരിച്ചത്. അവരും വാർഷികയോഗം നടത്തുമായിരുന്നു. ശ്രീനാരായണഗുരുദേവ ജയന്തി ദിവസമാണ് നടത്തിയിരുന്നത്. അതിനു നേതൃത്വം നൽകിയത് സഹോദരൻ അയ്യപ്പനായിരുന്നു. മിശ്രഭോജനമായിരുന്നു അതിന്റെ മുഖ്യലക്ഷ്യം. ഓരോ മാസത്തിലേയും ചതയവ്രതത്തിൽ വിവിധ ജാതി മതസ്ഥർ പങ്കെടുത്തിരുന്നു.

പ്രശസ്തരും പ്രഗത്ഭരുമായ അനേകം ഗൃഹസ്ഥാശ്രമികൾ ശിഷ്യരായി ഭാരതത്തിലുടനീളം ഗുരുവിന് ഉണ്ടായിരുന്നു. ശ്രീലങ്കയിൽനിന്ന് കുറേപ്പേർ സന്ന്യാസം സ്വീകരിച്ച് ശിഷ്യന്മാരായി കേരളത്തിലേക്കു വരുവാൻ ആഗ്രഹം പ്രകടിപ്പിച്ചപ്പോൾ അവിടെ ഗൃഹസ്ഥാശ്രമികളായി തുടർന്നാൽ മതിയെന്നാണ് ഗുരു ഉപദേശിച്ചത്.

○○

പന്ത്രണ്ട്
അദ്വൈതം ടാഗോർ ഗാന്ധി

അദ്വൈത സിദ്ധാന്തത്തിന്റെ ഉപജ്ഞാതാവാണ് ശ്രീശങ്കരൻ. നാരായണഗുരു അദ്വൈതത്തിൽനിന്നു പ്രചോദനം നേടിയിട്ടുണ്ട്. ഒരുവേള ഗുരു പറയുന്നു 'ശങ്കരമതമാണ് എന്റെ മതം.' അദ്വൈതം എന്നാൽ രണ്ടല്ലാത്ത ഭാവമാണ്. പ്രപഞ്ചവും ബ്രഹ്മവും ഒന്നാണ്. ഭേദമില്ല എന്നാണ് അദ്വൈതത്തിന്റെ സത്ത. ബ്രഹ്മസൂത്രത്തേയും ഗീതയേയും ഉപനിഷത്തുക്കളെയും വ്യാഖ്യാനിച്ച് അദ്വൈതവാദം അരക്കിട്ടുറപ്പിക്കുകയാണ് ശങ്കരൻ ചെയ്തത്. വാദപ്രതിവാദങ്ങളിലൂടെ ഒരിടത്തുനിന്നും മറ്റൊരിടത്തേയ്ക്ക് യാത്ര നടത്തിക്കൊണ്ട് അദ്വൈതം പ്രചരിപ്പിക്കുകയായിരുന്നു ശങ്കരൻ. ഒരുതരം ബൗദ്ധികവ്യായാമമാണ് ശങ്കരന്റേത്. അതിനാൽ തന്നെ വിജ്ഞൻമാരുടെയിടയിൽ ശങ്കരദർശനത്തിന് വലിയ ജനസമ്മതി കിട്ടി. അതുകൊണ്ട് ശങ്കരാദ്വൈതത്തിന് വൈജ്ഞാനികാദ്വൈതമെന്ന് പേരുണ്ടായി.

ശ്രീ ശങ്കരൻ പൂർണമാക്കാതിരുന്ന സിദ്ധാന്തത്തിന് പൂർണത വരുത്തിയത് ശ്രീനാരായണഗുരുവാണ്. സാധാരണക്കാരന് മനസ്സിലാകുന്ന ഭാഷയിൽ ആശയം പകർന്നുകൊടുക്കുകയാണ് ഗുരു ചെയ്തത്. വാദിക്കുകയും ജയിക്കുകയുമാണ് ശങ്കരന്റെ രീതിയെങ്കിൽ അറിയുകയും അറിയിക്കുകയുമാണ് നാരായണഗുരുവിന്റെ രീതി. ലളിതമായ ഭാഷയിൽ സാരള്യത്തിന്റെ ശൈലിയിൽ സംവദിക്കുകയായിരുന്നു ഗുരുവിന്റെ രീതി. കേൾക്കുന്നവർക്കു മനസ്സിലാകുന്നില്ല എന്നു തോന്നിയാൽ ജനജീവിതത്തിൽ അനുഭവപ്പെടുന്ന ഉദാഹരണംകൊണ്ട് തെളിയിക്കും. സാധാരണക്കാരന്റെ അദ്വൈതിയാണ് നാരായണ ഗുരു. ഇതുമനസ്സിലാക്കിയാണ് ശ്രീനാരായണഗുരുദേവ സമ്പൂർണ്ണകൃതികൾക്ക് ആമുഖമെഴുതിയ

ജി. ബാലകൃഷ്ണൻനായർ കുറിക്കുന്നത് 'വിട്ടുവീഴ്ചയില്ലാത്ത അദ്വൈതമാണ് ഗുരുദേവന്റെ തത്ത്വസാക്ഷാത്ക്കാരം. മറ്റു പരാമാദ്വൈതികളെപ്പോലെതന്നെ അദ്വൈതം ലക്ഷ്യമായംഗീകരിച്ചുകൊണ്ട് വിഗ്രഹാരാധന മുതലുള്ള സാധനകളെയും ലോകത്തുള്ള ഇതര മതങ്ങളെയും മാർഗ്ഗങ്ങൾ എന്ന നിലയിൽ ആ ലക്ഷ്യത്തിൽ സമന്വയിപ്പിച്ചു കാണിച്ചിട്ടുമുണ്ട്. ഈ സമന്വയമാണ് ഗുരുദേവകൃതികളിലെയും ജീവിതത്തിലെയും അതീവ ശ്രദ്ധേയമായ ഒരു വസ്തുത. അദ്വൈതലക്ഷ്യമാകട്ടെ, ശ്രുതി, യുക്തി, അനുഭവം എന്നീ മൂന്നു പ്രമാണതലങ്ങളിലും അനിഷേധ്യമാം വണ്ണം ഗുരുദേവ കൃതികളിൽ ചർച്ചചെയ്തുറപ്പിച്ചിരുന്നു.'

അവനവനാത്മസുഖത്തിനാചരിക്കുന്നവ
യപരന്നു സുഖത്തിനായി വരേണം.

എന്നതിലൂടെ ഗുരു സ്വന്തം ദർശനത്തിന്റെ അകപ്പൊരുൾ തെളിയിക്കുന്നു. സ്വന്തം സുഖത്തിനായുള്ള പ്രവർത്തികൾ അന്യനുകൂടി സുഖത്തെ കാംക്ഷിക്കുകയാണെങ്കിൽ സമഭാവനയുടേതായ ജീവിതമായിരിക്കുമത്. ആനന്ദപൂർണ്ണവും സ്വാതന്ത്ര്യസമ്പന്നവുമായ ഭൗതികജീവിതം വിശാലമായ ആധ്യാത്മിക ജീവിതത്തേയും ഉണർത്തിയെടുക്കുകതന്നെ ചെയ്യും. ആത്മനിയന്ത്രണത്തിന്റെയും ആത്മവിശ്വാസത്തിന്റെയും ഫലമായുണ്ടാകുന്ന ആനന്ദം അത് എല്ലാവർക്കും സുഖംപകരുന്ന ഏകാന്തതയിൽ മനുഷ്യനെ എത്തിക്കുന്നു. നിസ്വാർത്ഥതയുടെ വേദപാഠമായി കേരളീയ ജനത ഈ ഗുരുസന്ദേശത്തെ സ്വീകരിക്കുകയായിരുന്നു.

ഭാരതം കണ്ട വലിയ ദാർശനികരിലൊരാളായിരുന്നു രവീന്ദ്രനാഥടാഗോർ. ഗുരുദേവനെക്കുറിച്ച് അറിയാനിടവരികയും ഗുരുവിനെ നേരിൽകാണണമെന്ന് ആഗ്രഹം പ്രകടിപ്പിക്കുകയും ചെയ്തു. ശിവഗിരിയിൽ അതൊരു ഉത്സവമായിരുന്നു. കാരണം ഭാരതം മുഴുവനും ഭാരതത്തിനപ്പുറത്തും സമ്മതനായ ടാഗോറിന് ഗുരുവിനെ കാണണമെന്നുപറയുമ്പോൾ ഗുരുദേവന്റെ ആശയതത്ത്വത്തെ അദ്ദേഹം പിന്തുണയ്ക്കുന്നുവെന്നാണല്ലോ അർത്ഥം. അത് ടാഗോറിന്റെ അനുയായികളേയും ഗുരുദേവഭക്തരേയും ഒരുപോലെ ആനന്ദത്തിലാക്കി.

ടാഗോർ 1922 നവംബർ 22-ന് ഗുരുവിനെ സന്ദർശിക്കുന്നുവെന്ന വാർത്തപരന്നതോടെ നാനാദിക്കുകളിൽനിന്നും ജനപ്രവാഹം ശിവഗിരിയിലേക്കൊഴുകി. രണ്ട് മഹാത്മാക്കളുടെ സംഗമമാണതെന്ന് ലോകം തിരിച്ചറിഞ്ഞു. ജനം തടിച്ചുകൂടി ആ നിമിഷത്തിനായി

കൺപാർത്തുനിന്നു. വിശിഷ്ടാതിഥികളെ സ്വീകരിക്കാനായി ഗുരുദേവശിഷ്യന്മാർ പല്ലക്ക്, ആന, അമ്പാരി മുതലായവ ഒരുക്കി നിർത്തിയിരുന്നു. ടാഗോർ എത്തുമെന്നറിയിച്ച സമയമായി. ഗുരുദേവൻ പക്ഷേ, യാതൊരു കുലുക്കവുമില്ലാതെ സ്വന്തം മുറിയിൽപ്പോയി കതകടച്ചിരിപ്പായി. ആളുകളും അനുയായികളും അന്തംവിട്ടു. ടാഗോറിനെപ്പോലൊരു മഹാൻ സന്ദർശിക്കുമ്പോൾ ഗുരുചെന്ന് ഉചിതമായി സ്വീകരിക്കുകയല്ലേ വേണ്ടത്. ഗുരുവിനോട് പറയാനും എല്ലാവർക്കും മടി. ഒടുവിൽ എല്ലാവരുടെയും ആകാംക്ഷയ്ക്ക് അറുതിവരുത്തിക്കൊണ്ട് നാരായണഗുരു പുറത്തിറങ്ങി. അന്നേരം ടാഗോറും എത്തിയിരുന്നു. രണ്ടുപേരും മുഖാമുഖം നോക്കി. ഗുരുവിന്റെ നിർദ്ദേശമനുസരിച്ച് ശിഷ്യർ നേരത്തേ തെങ്ങിന്റെ പൊങ്ങ് നൽകിയതിലെ അത്ഭുതം ടാഗോർ പങ്കുവച്ചു. ടാഗോർ ഗുരുദേവനെ നമസ്കരിച്ചു. ഗുരുദേവന് പ്രത്യേകിച്ച് ഭാവമാറ്റമൊന്നും ഉണ്ടായില്ല; അസാധാരണമായ തേജസ് അദ്ദേഹത്തിന്റെ മുഖത്തുണ്ടായിരുന്നു. ടാഗോറിനൊപ്പം അൻഡ്രൂസ് എന്ന സായിപ്പും ഗുരുവിനോടൊപ്പം കുമാരനാശാനുമുണ്ടായിരുന്നു. നാടൻ മെത്തയിൽ ഏവരും ഇരുന്നു. 'അവിടത്തെ ദർശിച്ചമാത്രയിൽ എന്റെ മനസ്സിനൊരു മാറ്റമുണ്ടായി' എന്ന് ടാഗോർ പറഞ്ഞു. പിന്നീട് ആ വാചകം പലരും ആവർത്തിച്ചു. ഗുരുവിനെ വായിച്ചറിഞ്ഞിട്ടുള്ളതിനാൽ അവർക്കിടയിൽ ഗഹനതത്ത്വങ്ങളുടെ സംഭാഷണമല്ല നടന്നത്; നേരിൽ കാണുന്നതിലെ അപാരമായ തത്ത്വഗ്രഹണമായിരുന്നു. പിരിയുന്ന വേളയിൽ ടാഗോറിനെ അനുഗ്രഹിക്കും മട്ടിൽ മുഖത്തുനോക്കി മന്ദസ്മിതം പൂണ്ടുനിന്ന ഗുരുവിന്റെ കൈകൾ രണ്ടും മുന്നോട്ടു പിടിച്ചുയർത്തി കൈപ്പത്തിക്കുള്ളിൽ കുനിഞ്ഞു ചുംബിച്ചു, ടാഗോർ.

ടാഗോർ സന്ദർശനം അനുസ്മരിക്കുന്നത് നോക്കൂ:

'ഞാൻ ലോകത്തിന്റെ പലഭാഗത്തു സഞ്ചരിച്ചു വരികയാണ്. ഇതിനിടയ്ക്കു പല സിദ്ധന്മാരെയും മഹർഷിമാരെയും കണ്ടിട്ടുണ്ട്. എന്നാൽ നാരായണഗുരുവിനേക്കാൾ മികച്ചതോ അദ്ദേഹത്തിനു തുല്യനോ ആയ ഒരു മഹാത്മാവിനെ എങ്ങും തന്നെ കണ്ടിട്ടില്ല. അനന്തതയിലേക്ക് നീട്ടിയിരിക്കുന്ന അദ്ദേഹത്തിന്റെ യോഗനയനങ്ങളും ഈശ്വരചൈതന്യം തുളുമ്പുന്ന മുഖതേജസ്സും മറ്റു വൈശിഷ്ട്യങ്ങളും ഒരിക്കലും മറക്കത്തക്കതല്ല.'

ചരിത്രപ്രസിദ്ധമായ മറ്റൊരു സന്ദർശനവും ശിവഗിരിയിൽ നടന്നിട്ടുണ്ട്. അതാണ് ഗാന്ധിജിയുടെ സന്ദർശനം. 1925 ലാണതു

നടന്നത്. ഗാന്ധിജി വരുന്നത് നേരത്തേ അറിയിച്ചിരുന്നു. ശിവഗിരിആശ്രമം മഹാത്മാവിനെ സ്വീകരിക്കാൻ തയ്യാറായി നിന്നു. സംഭാഷണത്തിൽ ദ്വിഭാഷിയായി വർത്തിച്ചത് കുമാരനാശാനായിരുന്നു. അവർ തമ്മിൽ ഹ്രസ്വമെങ്കിലും തീവ്രമായ സംഭാഷണമാണ് നടന്നത്. ഹിന്ദുക്കളുടെ പ്രമാണഗ്രന്ഥത്തിൽ അയിത്താചാരം വിധിച്ചിട്ടുണ്ടോ എന്ന ഗാന്ധിജിയുടെ സംശയത്തിന് ഇല്ല എന്ന് നാരായണഗുരു മറുപടി പറഞ്ഞു. അയിത്താചാരത്തിനെതിരെ വൈക്കത്തു നടത്തിയ സമരത്തെക്കുറിച്ചും ബ്രിട്ടീഷുകാർക്കെതിരെ അക്രമരഹിതമായ സത്യാഗ്രഹമെന്ന ആശയത്തെക്കുറിച്ചും ഗാന്ധിജി അഭിപ്രായമാരാഞ്ഞു. അധഃകൃതരുടെ അവശകതകൾ ഇല്ലാതാക്കാൻ അവർക്കു നൽകേണ്ടത് വിദ്യാഭ്യാസവും ധനവും സമാർജിക്കാനുള്ള കഴിവുമാണെന്ന് ഗുരു സാന്ദർഭികമായി സൂചിപ്പിച്ചു. ലൗകിക സ്വാതന്ത്ര്യത്തിനാണ് നാം പരിശ്രമിക്കുന്നതെന്നും എന്നാൽ സ്വാതന്ത്ര്യത്തിന്റെ രൂഢത ഓർത്താൽ മഹാത്മജിക്കു വീണ്ടും അവതരിക്കേണ്ടിവരുമെന്നും ഗുരു പ്രസ്താവിച്ചു. ഗാന്ധിജി നിറചിരിയോടെ ആ വാക്യത്തിന്റെ പൊരുൾ മനസ്സിലാക്കുന്നതായി അറിയിച്ചു.

അന്നു ഗാന്ധിജി ശിവഗിരിയിലെ വൈദികമഠത്തിലാണ് വിശ്രമിച്ചത്. അവിടെവച്ച് പുലയക്കുട്ടികൾ പ്രാർത്ഥന ചൊല്ലുന്നത് കാണാനിടയായ ഗാന്ധിജി പിന്നീട് അതേപ്പറ്റി പ്രസംഗിക്കുകയും ചെയ്തിട്ടുണ്ട്. കേരളം വിട്ടുപോകുന്നതിന് മുമ്പ് തിരുവനന്തപുരത്തു കൂടിയ പൊതുസമ്മേളനത്തിൽ മഹാത്മജി ഇങ്ങനെ പറഞ്ഞു.

'മനോഹരമായ തിരുവിതാംകൂർരാജ്യം സന്ദർശിക്കാനിടയായതും പുണ്യാത്മാവായ ശ്രീനാരായണഗുരു സ്വാമി തൃപ്പാദങ്ങളെ സന്ദർശിക്കാനിടയായതും എന്റെ ജീവിതത്തിലെ പരമഭാഗ്യമായി ഞാൻ വിചാരിക്കുന്നു. ഗുരുസ്വാമിയുടെ മാഹാത്മ്യത്തെക്കുറിച്ചു മഹാറാണി തിരുമനസ്സും എന്നോടു സംസാരിക്കുകയുണ്ടായി.'

1958ൽ ശിവഗിരി സന്ദർശിച്ച നെഹ്റു രേഖപ്പെടുത്തിയത് ഇപ്രകാരം:

'ഒരു മഹാത്മാവു ജീവിച്ച് തന്റെ സന്ദേശം ജനങ്ങൾക്കു പ്രദാനം ചെയ്ത ഈ പുണ്യസ്ഥലം സന്ദർശിക്കുവാൻ കഴിഞ്ഞതിൽ എനിക്ക് അത്യധികം സന്തോഷമുണ്ട്. മഹാന്മാർ ജീവിച്ച സ്ഥലങ്ങൾ പുണ്യസ്ഥലങ്ങളായി മാറുന്നു. അവ ദേവലയങ്ങൾക്കു തുല്യം വിശുദ്ധിയുള്ളതായിത്തീരുന്നു. കാരണം, അവരുടെ ചിന്തകളും പ്രാർത്ഥനകളും ഇവിടെ കുടികൊള്ളുന്നു. ശ്രീനാരായണ

ഗുരു ജീവിച്ചത് ഇവിടെയാണ്. ഇവിടെനിന്നാണ് അദ്ദേഹത്തിന്റെ ജാതിയില്ല, മതവിദ്വേഷമില്ല, എന്ന സന്ദേശം ലോകമെങ്ങും പ്രചരിച്ചത്. ജാതി രഹിതവും വർഗ്ഗരഹിതവുമായ ഒരു സമുദായം കെട്ടിപ്പടുക്കാനാണ് അദ്ദേഹം അഭിലഷിച്ചത്. അദ്ദേഹത്തിന്റെ സന്ദേശമിന്നു നമുക്കധികം ആവശ്യമായിത്തീർന്നിരിക്കുന്നു. ജാതിരഹിതവും വർഗ്ഗരഹിതവുമായ ഒരു സമുദായം സൃഷ്ടിക്കാൻ നാം എന്താണു ചെയ്യേണ്ടത്? അനവധി കാര്യങ്ങൾ ചെയ്യേണ്ടതുണ്ട്. എന്നാൽ അതിനുള്ള അടിസ്ഥാനപരമായ സമീപനം നിർബന്ധത്തിന്റെയോ ഭീഷണിയുടേയോ മാർഗ്ഗത്തിലൂടെയാവരുത്; ഹൃദയത്തിന്റെയും മനസ്സിന്റെയും മാർഗ്ഗത്തിലൂടെയാവണം. അതാണ് ശ്രീനാരായണന്റെ സമീപനം. ഹൃദയത്തിലും മനസ്സിലും മാറ്റമുണ്ടായില്ലെങ്കിൽ നമ്മുടെ ഏതു പരിവർത്തനവും കേവലം ഉപരിപ്ലവമായിരിക്കും. ഇവിടം സന്ദർശിക്കുവാനും, ഇവിടം കേന്ദ്രമാക്കി തന്റെ സന്ദേശങ്ങൾ പ്രചരിപ്പിച്ച ആ പുണ്യാത്മാവിന് ആദരാഞ്ജലികൾ അർപ്പിക്കുവാനും അവസരമുണ്ടായതിൽ ഞാൻ അധികം കൃതാർത്ഥനാണ്.'

ലോകമറിയുന്ന ഈ നേതാക്കളുടെ സന്ദർശനത്താൽ തന്നെ ഗുരുദേവ ദർശനങ്ങൾ ലോകാന്തരങ്ങളിലേക്ക് വ്യാപിച്ചു.

1918-ലും 1923-ലും ഗുരുദേവൻ ശ്രീലങ്ക സന്ദർശിക്കുകയുണ്ടായി. അവിടത്തെ ജീവിതവും സംസ്കാരവും ഗുരുവിന് വളരെ പ്രിയപ്പെട്ടതായി. ആത്മീയജീവിതത്തിന് അനുയോജ്യമായ സ്ഥലമാണ് ശ്രീലങ്കയെന്ന് ഗുരുദേവൻ പ്രസ്താവിച്ചിട്ടുണ്ട്. തമിഴ്നാട്ടിലെ ഉൾനാടൻ ഗ്രാമങ്ങളായിരുന്നു ഗുരുവിന് പ്രിയപ്പെട്ട മറ്റൊരു ഇടം. 1928-ൽ കോയമ്പത്തൂർ നീലഗിരി ജില്ലകളിൽ നടത്തിയ പര്യടനത്തെക്കുറിച്ച് ഗുരുദേവൻ ഇടക്കിടെ പറയാറുണ്ടായിരുന്നു. ഗുരുവിന്റെ ശിഷ്യരിലൊരാളായ ഗോവിന്ദാനന്ദസ്വാമി സ്ഥാപിച്ച കാഞ്ചീപുരത്തുള്ള സേവാശ്രമ മഠം വളരെ പ്രധാനപ്പെട്ടതാണ്.

○○

പതിമൂന്ന്
ദളിത് വർഗോദ്ധാരണം

നാരായണഗുരു പല ആശ്രമങ്ങളും സ്ഥാപിച്ചിട്ടുണ്ട്. പൊതുസ്വത്തായി വിഭാവനം ചെയ്താണ് ആശ്രമങ്ങൾ സ്ഥാപിച്ചത്. ഒരു ദർശനത്തെ മുറുകെപിടിച്ചുകൊണ്ടുള്ള ജീവിതമാണ് ആശ്രമം ലക്ഷ്യം വെയ്ക്കുന്നത്. മനുഷ്യനിലുണ്ടാകുന്ന വികാരതീവ്രതയ്ക്ക് കടിഞ്ഞാണിട്ടില്ലെങ്കിൽ അനിഷ്ടസംഭവങ്ങൾ ഉണ്ടാവുമെന്നും അതില്ലാതാക്കാനുള്ള പരിശീലനക്കളരികളാണ് ആശ്രമങ്ങളെന്നും ഗുരു പറഞ്ഞിട്ടുണ്ട്. ആശ്രമത്തിലെ ഗുരുസ്ഥാനീയന്റെ ഗുണവിശേഷണങ്ങൾ ഗുരു ഇപ്രകാരം പറഞ്ഞു വച്ചിരിക്കുന്നു. 'ആശ്രമത്തിൽ വിദ്വാനായും മുനിദർശിയായും ഉദാരചിത്തനായും സമദർശിയായും ശാന്തഗംഭീരനായും പരോപകാരിയായും ദീനദയാലുവായും സത്യവാനായും സമർത്ഥനായും സദാചാരത്തിൽ ആനന്ദിക്കുന്നവനായും കർത്തവ്യത്തെ ശീഘ്രം ചെയ്യുന്നവനായും മടയില്ലാത്തവനായും ഇരിക്കുന്ന ഒരു ഗുരു ഉണ്ടായിരിക്കണം. ആ ഗുരു ആശ്രമത്തിന്റെ നേതൃത്വത്തെ സ്വീകരിച്ചിട്ട് ഒരു നല്ല സഭയെ ഉണ്ടാക്കണം. അതിൽ ആരെല്ലാം ചേരുന്നുവോ അവരെല്ലാം സഹോദരഭാവന ഉള്ളവരായിരിക്കണം. സ്നേഹത്തണലിൽ നിസ്വാർത്ഥ സേവനത്തിന് തയ്യാറായവരുടെ സംഘം' ഈ കാഴ്ചപ്പാടാണ് ഗുരുവിന്റേത്.

ആശ്രമത്തിൽ വരുന്നവർക്ക് ഹൃദ്യമായ സ്വാഗതമാണ് ലഭിക്കാറുള്ളത്. സ്നേഹസാന്ത്വനം അവർക്ക് കരഗതമായതായി അനുഭവപ്പെടണമെന്ന് ഗുരുവിന് നിർബന്ധമുണ്ടായിരുന്നു. ആധ്യാത്മികമായ അറിവിലേക്ക് നയിക്കുകയാണ് ആശ്രമത്തിന്റെ ആത്യന്തികലക്ഷ്യമെന്ന് ഗുരു പറയാറുണ്ടായിരുന്നു. ശിവഗിരിയാകട്ടെ, ആലുവയാകട്ടെ അധ്യാത്മിക കേന്ദ്രങ്ങളായാണ് ഗുരു വിഭാവനം ചെയ്ത

ത്. 'ഒരാളും ഇവിടെ വന്ന് കരഞ്ഞിരിക്കരുത്. കരച്ചിൽ തീർക്കാൻ ഇടയാവണം നാം.' എന്ന് ഗുരു ശിഷ്യരോട് പറഞ്ഞു.

1908–10 കാലത്ത് നാരായണഗുരു ശിവഗിരിയിൽതന്നെ വിശ്രമിക്കുകയാണ് ചെയ്തത്. അപ്പോഴേക്കും നാനാഭാഗത്തുനിന്നും ഗുരുവിനെ കാണുവാനും താന്താങ്ങളുടെ ദേശത്തേക്ക് ഗുരുവിനെ ക്ഷണിച്ചുകൊണ്ടുപോകുവാനുമായി പലരും എത്തുമായിരുന്നു. വരുന്നവരെ പിണക്കി അയക്കുന്ന സ്വഭാവമായിരുന്നില്ല ഗുരുവിന്റേത്. താൻ ചെയ്തുകൊണ്ടിരിക്കുന്ന കാര്യങ്ങളെപ്പറ്റി അവരോടു പറയുകയും അതിൽ അവരുടെ അഭിപ്രായം ആരായുകയും ചെയ്തു. തന്റെ മനസ്സിൽ ആസൂത്രണം ചെയ്യുന്ന പ്രവർത്തനങ്ങൾ പൂർത്തിയാക്കാനുള്ള സമയമാണ് ഗുരു അവരോട് ആവശ്യപ്പെട്ടത്. ആഗതർ പോയശേഷം താൻപറഞ്ഞത് ശരിയായിരുന്നില്ലേ എന്നും അവർക്ക് ഖേദം തോന്നിക്കാണുമോ എന്നും മറ്റും അന്വേഷിച്ചിരുന്നതായും ശിഷ്യർ രേഖപ്പെടുത്തിയിട്ടുണ്ട്. ഇത് അപരന്റെ മനസ്സിലെ വേദനയ്ക്ക് ഗുരു എത്രമാത്രം വില കൽപ്പിക്കുന്നുവെന്ന് ബോധ്യമാക്കുന്നു.

ഗുരു ശിവഗിരിയിൽ വിശ്രമിക്കുന്ന കാലത്താണ് അവിടത്തെ പഴയ മഠത്തിന്റെ പണിപൂർത്തിയാക്കുകയും സംസ്കൃതപാഠശാല ആരംഭിക്കുകയും ചെയ്തത്. ചീഫ് ജസ്റ്റിസ് സദാശിവ അയ്യർ ഗുരുവിനെ സന്ദർശിക്കുന്നത് ഇക്കാലത്താണ്.

തലശ്ശേരിയിൽ ഒരു ക്ഷേത്രനിർമ്മാണവുമായി ബന്ധപ്പെട്ട് ഗുരുവിന്റെ സാന്നിദ്ധ്യം അത്യാവശ്യമെന്നു കാണിച്ച് ആളുകൾ വന്നു. ഗുരു അസൗകര്യം പറയുമ്പോൾ അവർക്ക് മനഃപ്രയാസം കൂടിവന്നു. കല്ലിങ്കൽ രാരിച്ചൻ മൂപ്പൻ തുടങ്ങിയവർ നേരിട്ടെത്തി വീണ്ടും അഭ്യർത്ഥിച്ചപ്പോൾ ഗുരു പോകാമെന്നേറ്റു. 1913 തുലാം 24-ന് രാത്രി അനുയായികളോടൊപ്പം യാത്ര പുറപ്പെട്ടു. കൂടെയുള്ളവർ നിർബന്ധിക്കുന്നതുകൊണ്ടാണീ യാത്രയെന്നും ഉള്ളിൽ അശേഷം ഉത്സാഹം തോന്നുന്നില്ലെന്നും ഗുരു യാത്രയ്ക്കിടയിൽ നിരവധി തവണ പറഞ്ഞുകൊണ്ടിരുന്നു. 27-ാം തിയതി വൈകുന്നേരം ആലുവയിലെത്തി. പിറ്റേദിവസത്തെ മെയിൻ വണ്ടിയിൽ കോഴിക്കോട്ടേയ്ക്കു പോകാമെന്നു തീരുമാനിച്ച് രാത്രി റെയിൽവേസ്റ്റഷനു സമീപം താമസിച്ചു. രാത്രി 12 മണിക്ക് ഗുരുവിന് അതിസാരത്തിന്റെ ശല്യം ആരംഭിച്ചു. ഒരു മണിക്കൂർ കൂടിക്കഴിഞ്ഞ് ഛർദി തുടങ്ങുകയും ഭയങ്കരമായ വിഷൂചികയാണെന്ന് വെളിപ്പെടുകയും ചെയ്തു. വിദഗ്ധ ചികിത്സയാൽ രോഗത്തിൽനിന്ന് മുക്തിനേ

ടി. രോഗിയായിരിക്കുമ്പോഴും സന്ദർശകരെ കാണുന്നതിന് ഒരു വിലക്കും ഏർപ്പെടുത്തിയില്ല.

അൽപഭാഷണം അധികമൗനം എന്നത് ഗുരുവിന്റെ ശൈലിയായിരുന്നു. അത്യാവശ്യത്തിനു മാത്രമേ അദ്ദേഹം സംസാരിച്ചിരുന്നുള്ളൂ. എന്നാൽ സംസാരിക്കുന്നതോ ഗാഢമായിരിക്കുകയും ചെയ്യും. ഗുരുവിനെ മഹാമുനിയായി പലരും വിശേഷിപ്പിക്കുന്നത് അതുകൊണ്ടാണ്. ഉച്ചത്തിലുള്ള ശബ്ദം അദ്ദേഹത്തിൽനിന്ന് ആരും കേട്ടിരിക്കാനിടയില്ല. പലപ്പോഴും അദ്ദേഹം പറയുന്ന വാക്യങ്ങൾക്ക് ചമത്കാരവും ഉണ്ടായിരുന്നു. ചുഴിഞ്ഞിറങ്ങിയാൽ മാത്രം മനസ്സിലാവുന്ന അർത്ഥം ആ വാക്കുകളെ പൊതിഞ്ഞുനിന്നു.

ഭാരതീയ നവോത്ഥാനത്തിന്റെ അവശ്യകർമപരിപാടിയായ അധഃകൃതവർഗോദ്ധാരണം സഫലമാക്കിത്തീർത്ത വ്യക്തി എന്ന നിലയിൽ ഗുരു പ്രാധാന്യം നേടുന്നു. റാംമോഹൻ റോയ്, ദയാനന്ദസരസ്വതി, രാകൃഷ്ണപരമഹംസൻ, സ്വാമി വിവേകാനന്ദൻ തുടങ്ങിയ കർമയോഗികൾ ജീവിച്ചതും പ്രവർത്തിച്ചതും ഈ ധർമം പുനസ്ഥാപിക്കാൻ വേണ്ടിയത്രേ. ശ്രീനാരായണഗുരുവും അവലംബിച്ചത് അതേ മാർഗ്ഗം തന്നെ. 'യോഗിയും അദ്വൈതിയും ആയിരുന്ന ഈ മഹാപുരുഷൻ പല യതിവര്യരും ചെയ്യാറുള്ളതുപോലെ സ്വമോക്ഷത്തെ ലക്ഷ്യമാക്കി പ്രവൃത്തിരംഗത്തു നിന്ന് നിവൃത്തനായില്ല' എന്ന് എടുത്തുപറയേണ്ടതുണ്ടെന്ന് കുറ്റിപ്പുഴ കൃഷ്ണപിള്ള സൂചിപ്പിക്കുന്നത് ഗുരുദേവ ജീവിതത്തിന് ചരിത്രത്തിലുള്ള അപരിമേയസ്ഥാനം വെളിപ്പെടുത്തുന്നു.

○○

പതിനാല്
ചിന്തിപ്പിക്കുന്ന ജീവിത ഫലിതങ്ങൾ

അസാമാന്യമായ നർമബോധം ഗുരുദേവന്റെ പ്രത്യേകതയായിരുന്നു. എന്നാൽ ആ ഫലിതം വെറുതെ പറഞ്ഞു കളയുകയായിരുന്നില്ല. വരുന്നവരോട് അർത്ഥപൂർണമായി സംവദിക്കാനുള്ള ഉപാധിയായിരുന്നു ഗുരുദേവന് ഫലിതം. അതാകട്ടെ ചിരിപ്പിക്കുന്നതിനേക്കാൾ ചിന്തിപ്പിക്കാൻ പോന്നതായിരുന്നു. ജീവിതത്തിലുടനീളം കൊച്ചുകൊച്ചു നർമോക്തികൾകൊണ്ട് ഗുരു തന്റെ ജീവിതവീക്ഷണം മികവുറ്റതാക്കി. കൂടുതൽ വിശദീകരിക്കേണ്ട ആവശ്യമില്ലായിരുന്നു എന്നതാണ് അതിന്റെ ഗുണം. കാച്ചിക്കുറുക്കിയ ജീവിതസാരങ്ങളായി അവ പരിണമിച്ചു.

അരുവിപ്പുറത്ത് ശിവപ്രതിഷ്ഠ നടത്തിയപ്പോൾ ക്ഷോഭിച്ച ബ്രാഹ്മണരോട് 'ഞാൻ പ്രതിഷ്ഠനടത്തിയത് ഈഴവശിവനെ' യാണ് എന്ന പ്രസ്താവന നോക്കുക. ഈഴവശിവൻ നിൽക്കുന്നിടത്ത് ബ്രാഹ്മണർക്ക് ഒരു കാര്യവുമില്ല. ഈഴവനെങ്കിലും അതും ശിവനാണ് എന്നതിനാൽ അവർക്ക് മറുത്ത് പറയാനും വയ്യ. കുറിക്കുകൊണ്ട ഫലിതമായും വെട്ടിമുറിക്കാനാവാത്ത യുക്തിയായും സാമൂഹ്യകേരളത്തിൽ പ്രകമ്പനം കൊണ്ട പ്രസ്താവനയാണത്.

ഒരു ദിവസം ഗുരുദേവൻ ധനികനായ ഒരു ഈഴവഗൃഹസ്ഥന്റെ വീട് സന്ദർശിച്ചു. വീടുമുഴുവൻ ഗൃഹനാഥൻ കാണിച്ചുകൊടുത്തു. അവിടെ വിശേഷരീതിയിൽ പണികഴിപ്പിച്ച കട്ടിൽ ഉണ്ടായിരുന്നു. ഉടമസ്ഥൻ ആ കട്ടിലിന്റെ തടിയെക്കുറിച്ചും അതിന്റെ പണിയെക്കുറിച്ചും പ്രശംസിച്ചു പറഞ്ഞു. കട്ടിലിൽ തല വെക്കുന്ന ഭാഗം ചീലാന്തിയും കാൽവെക്കുന്ന ഭാഗം തെങ്ങുമാണെന്ന് പറഞ്ഞു. ഉടൻ തന്നെ ഗുരുദേവൻ ചോദിക്കുകയാണ് 'ഉറക്കത്തിലും ഈഴവന്റെ കാല് തെങ്ങിൽ തന്നെയോ?' അന്ന് ഈഴവസമുദായത്തിൽപ്പെട്ട കൂടുതൽ ജനങ്ങളും തെങ്ങുചെത്ത് തൊഴിലാക്കിയിരുന്നു. അതി

നെയാണ് ഗുരു കളിയായി അവതരിപ്പിച്ചത്. ഗുരുവിന്റെ ചോദ്യത്തിന്റെ പൊരുൾ മനസ്സിലാക്കിയ ഗൃഹനാഥൻ അവിടെ കൂടിയവരുടെ കൂട്ടച്ചിരിയിൽ പങ്കുചേർന്നു.

നടരാജഗുരുവും നാരായണഗുരുവും വളരെ അടുപ്പമായിരുന്നു. നാരായണഗുരുവിന്റെ ആനുഗ്രഹാശിസ്സുകളോടെയാണ് നടരാജ ഗുരു പ്രവർത്തിച്ചിരുന്നത്. ഒരിക്കൽ നടരാജഗുരു നാരായണഗുരുവിനെ കാണാനെത്തിയപ്പോൾ അദ്ദേഹത്തിന്റെ ജീവചരിത്രമെഴുതാൻ താൽപര്യമുണ്ടെന്നു പറഞ്ഞു. കേട്ടപാടെ ഗുരുദേവൻ പറഞ്ഞു: 'വയറുകീറി കാണിച്ചാലും വാഴനാരാണെന്നു പറയുന്നവരുണ്ട്. പലരും വിശ്വസിക്കുകയില്ല. വേണ്ട' എന്നു പറഞ്ഞു. കേരളീയ സമൂഹത്തിന്റെ വയറുകീറിയ ശാസ്ത്രക്രിയയാണ് തന്റെ ജീവിതം കോണ്ട് ഗുരുദേവൻ നടത്തിയത്. നവോത്ഥാനമൂല്യങ്ങളെല്ലാം കാറ്റിൽ പറത്തി ജാതിയും മതവും പ്രബലമാവുമ്പോൾ നാരായണഗുരു ഇവിടെ ജീവിച്ചിരുന്നുവോ എന്ന് സംശയിക്കുകയാണെങ്കിൽ പിന്നെ എന്തുപറയാനാണ്? മഹാത്മാക്കൾ ജീവിച്ചുതീർത്ത ജീവിതത്തെ നോക്കി വിസ്മയപ്പെടാൻ മാത്രമേ നമുക്കിന്നു കഴിയുന്നുള്ളൂ.

വൈക്കം സത്യാഗ്രഹം നടക്കുമ്പോൾ അവർണ്ണന് പ്രവേശനം നിഷേധിച്ചിരുന്ന റോഡിലൂടെ കോട്ടൺ സായിപ്പിനോടൊപ്പം ഒരു തീയൻ പോയെന്നും ബ്രാഹ്മണർ അതിനെ എതിർത്തില്ലെന്നും അറിഞ്ഞ ഗുരുവിന്റെ പ്രതികരണം നർമത്തിൽ പൊതിഞ്ഞായിരുന്നു. 'കന്നിൻ തോൽ കാലിൽ ചേർന്നാൽ ക്ഷേത്രത്തിൽ കടന്നുകൂടല്ലോ, ചെണ്ടയിൽ ആയാൽ ക്ഷേത്രത്തിൽ കൊണ്ടുപോകുന്നതിന് വിരോധമില്ല. അതുപോലെയാ ഇത്.' ജാതിചിന്തയുടെ ബാലിശ സ്വഭാവത്തെ വിമർശിക്കുകയായിരുന്നു ഗുരുദേവൻ. ഒപ്പം സായിപ്പിന്റെ ഭരണംകൊണ്ട് നാടിനു ചില ഗുണങ്ങളെല്ലാം ഉണ്ടാവുന്നുണ്ടെന്ന് അറിയിക്കുക കൂടിയായിരിക്കണം ഗുരു.

ഗുരുദേവനെ കാണാൻ വരുന്നവരിൽ ചിലർ അന്ധവിശ്വാസികളായിരുന്നു. കാര്യകാരണബന്ധമോർക്കാതെ അവർ വിശ്വാസങ്ങളിൽ കടിച്ചുതൂങ്ങി നിൽക്കും. അത്തരക്കാരെ ഗുരുദേവൻ കണക്കറ്റ് കളിയാക്കിയിട്ടുമുണ്ട്. ധനാഢ്യനായ പെരേര അഞ്ചുതെങ്ങുകാരനായിരുന്നു. വീട്ടിൽ ചാത്തൻ വന്ന് എന്തൊക്കെയോ രാത്രിയിൽ എറിയുന്നുവെന്ന് പെരേര ഗുരുവിനെ കണ്ട് വ്യസനം പറഞ്ഞു. 'ഏറ് നടത്തുന്നത് ചാത്തനാണെന്ന് ഉറപ്പായോ' എന്ന് ഗുരു ചോദിച്ചു. 'അതെ കുട്ടിച്ചാത്തൻ തന്നെ' എന്ന് നിസ്സങ്കോചം അദ്ദേഹം

മറുപടി പറഞ്ഞു. ഗുരു ചിരിച്ചു. അത് ചാത്തനൊന്നുമല്ലെന്നും പരിസരത്തെക്കുറിച്ച് വിസ്തരിച്ചു പഠിക്കുകയും നിരീക്ഷിക്കുകയും ചെയ്താൽ ചാത്തനേറ് മാറിക്കിട്ടില്ലേ എന്നു ചോദിച്ചപ്പോൾ ഞാൻ വിചാരിച്ചിട്ടു കഴിയുന്നില്ല, ഗുരുതന്നെ പരിഹാരം തരണമെന്നായി, അയാൾ. 'അതിനു സാധിക്കുമെന്നു തോന്നുന്നില്ലെ'ന്നു പറഞ്ഞിട്ടും അയാൾക്ക് ഒരേ നിർബന്ധം. ഒടുവിൽ ഗുരു പെരേരയുടെ സങ്കടം കണ്ട് അനുചരരോട് ഒരു കടലാസെടുത്തു തരുവാൻ പറഞ്ഞു. കടലാസിൽ അദ്ദേഹം ഇങ്ങനെ എഴുതി.

'ശ്രീ കുട്ടിച്ചാത്തനറിവാൻ,

ഈ കത്തു കൊണ്ടുവരുന്ന പെരേരയുടെ വീട്ടിൽ മേലാൽ യാതൊരു ഉപദ്രവവും ചെയ്യരുത്.!

എന്ന്

നാരായണഗുരു.'

ഈ കത്തുകൊണ്ടുപോയി വീട്ടിൽ സൂക്ഷിച്ചുകൊള്ളുവാൻ പറഞ്ഞു. ശിഷ്യന്മാർക്ക് ചിരി വന്നുവെങ്കിലും അന്ധവിശ്വാസിയെ എങ്ങനെ കൈകാര്യം ചെയ്യണമെന്നതിന് അത് മികച്ച മാതൃകയായി.

നിയമബിരുദധാരിയായി ഒരു വ്യക്തി ഗുരുവിനെ കാണാൻ വന്നു. ബിരുദം നേടിയ ശേഷം പ്രായോഗികപരിശീലനം തുടങ്ങുവാൻ ഗുരുവിന്റെ അനുഗ്രഹം വേണം. അനുഗ്രഹം കിട്ടിയാലേ പരിശീലനം തുടങ്ങൂ എന്ന മട്ടിലായി അയാൾ. അയാളുടെ സംസാരം കേട്ട ഗുരുവിന് പന്തികേടുതോന്നി. ഗുരു ചോദിച്ചു.

– നിയമപഠനം കഴിഞ്ഞു എന്നല്ലേ പറഞ്ഞത്?

– അതെ.

– ഓ അപ്പോൾ വക്കീലായി, വക്കീലായാൽ കള്ളം പറയാമല്ലോ അല്ലേ? താങ്കളിത് ഇപ്പോൾ മുതൽ തന്നെയല്ലേ തുടങ്ങിയത്? അതോ നേരത്തെയോ?

ഗുരുവിന് അപ്രീതി തോന്നുമോ എന്നു കരുതിയും വെറുതെ ഭക്തി അഭിനയിക്കാമെന്നു കരുതി നുണ പറയുകയായിരുന്നു യുവാവ്. അയാൾ സത്യത്തിൽ പരിശീലനം ആരംഭിച്ചതായിരുന്നു. വ്യാജ ഭക്തി – ബഹുമാനങ്ങൾ ഇഷ്ടപ്പെടാത്ത ഗുരു യുവാവിന്റെ ആത്മാർത്ഥയില്ലായ്മയുടെ മർമ്മമറിഞ്ഞു പറഞ്ഞ നർമം അയാൾക്ക് ചാട്ടുളിയായി.

മറ്റൊരു സന്ദർഭം. ഗുരുദേവൻ തീവണ്ടിയിൽ യാത്ര ചെയ്യുകയായിരുന്നു. അദ്ദേഹം ഇരുന്ന സീറ്റിനഭിമുഖമായി നമ്പൂതിരി ഇരു

ന്നിരുന്നു. വണ്ടി നീങ്ങിക്കഴിഞ്ഞപ്പോൾ കുശലാന്വേഷണമെന്ന മട്ടിൽ നമ്പൂതിരി നാരായണഗുരുവിനോട് ചോദിക്കുന്നു.

'താങ്കളുടെ ജാതി ഏതാണ്?'

ഉടൻ വന്നു ഗുരുദേവന്റെ മറുപടി 'കണ്ടാലറിഞ്ഞുകൂടാ എങ്കിൽ പറഞ്ഞാലെങ്ങനെ മനസ്സിലാകും?'

അതിനുപിന്നാലെ ഗുരു ഇങ്ങനെ അത്മഗതം ചെയ്യുകയും ചെയ്തു. 'ഒരു പട്ടിക്ക് മറ്റൊരു പട്ടിയെ കണ്ടാലറിയാം. ഒരു മനുഷ്യന് മറ്റൊരു മനുഷ്യനെ കണ്ടാലറിഞ്ഞുകൂടാ.'

അർത്ഥശൂന്യമായ ജാതിസമ്പ്രദായത്തെക്കാൾ ജാതിയുടെ മിഥ്യാഭിമാനത്തിന്റെ പളുങ്കുഭരണി ഗുരുവിന്റെ ചോദ്യത്താൽ തകരുകയായിരുന്നു. കേരളത്തിൽ മറ്റനേകം പേർക്ക് ഇത്തരം ചോദ്യങ്ങൾ ചോദിക്കാൻ കഴിഞ്ഞത് ഇതിനു ശേഷമാണ്.

ഒരു അത്യാവശ്യ സന്ദർശനത്തിനിറങ്ങാൻ തുനിയുമ്പോൾ ശിഷ്യരും അനുഭാവികളുമായ വലിയ കൂട്ടം പിൻതുടരുന്നതിനെ ഗുരു ചില സമയങ്ങളിൽ എതിർത്തിട്ടുണ്ട്. 'അധികമാരും വേണ്ട ഒരാൾ മാത്രം മതി'യെന്നും പറഞ്ഞ് ഇറങ്ങിയപ്പോൾ കൂടെ ഒരുകൂട്ടം പേർ. ഗുരു അവരെ നോക്കി പറഞ്ഞു. 'നിങ്ങൾക്ക് പഠിച്ചു പഠിച്ച് സംസ്കൃതം മാത്രമേ അറിയൂ എന്നായി അല്ലേ. ഞാൻ മലയാളത്തിലാണല്ലോ വരേണ്ടെന്നു പറഞ്ഞത് ക്ഷമിക്കണം!'

വേറൊരു സന്ദർഭം: ഗുരുദേവൻ സ്ഥലത്തുള്ളപ്പോൾ സന്ന്യാസിമാർക്ക് ഒരാഗ്രഹം. ഗുരു അവരോടൊപ്പമിരുന്ന് ഊണു കഴിക്കണം. അവർ അവശ്യം ഗുരുവിനെ അറിയിച്ചു. ഗുരു സമ്മതിച്ചു. 'അതെനിക്കു സന്തോഷമുള്ള കാര്യമാ' എന്ന് ഗുരു പറയുകയും അന്നുമുതൽ ഗുരു അവരോടൊന്നിച്ച് ഊണു കഴിയ്ക്കുകയും ചെയ്തു. ദിവസങ്ങൾ പലതു കടന്നുപോയി. ഒരു ദിവസം ഊണു സമയത്തിനുമുമ്പ് ഗുരുദേവൻ പറമ്പിൽ നടക്കാൻപോയി. സന്ന്യാസിമാർ കാത്തിരുന്നു. കണ്ടില്ല. അവർ ഊണുകഴിച്ചു. ഗുരുദേവൻ വന്നു. അവർ ഊണുകഴിച്ച വിവരം ഉണർത്തിച്ചു. 'അതുകൊള്ളാമല്ലോ, ഗുരുവിനെ പരീക്ഷിച്ചാൽ ഗുരുവും പരീക്ഷിക്കണം.' എന്നായിരുന്നു ഗുരുദേവന്റെ പുഞ്ചരിച്ചുകൊണ്ടുള്ള മറുപടി. സന്ന്യാസിമാർ ലജ്ജിതരായി. ഒരുമിച്ച് ഊണു കഴിക്കണമെന്ന അവരുടെ ആഗ്രഹം എത്രമാത്രം കൃത്രിമമാണെന്നവർക്ക് ബോധ്യമായി.

ചാത്തന്റെ ഉപദ്രവമുണ്ടെന്നുള്ള പരാതിയുമായി ഒരു സ്ത്രീ വന്നെത്തി. കല്ലേറാണ് ഉപദ്രവം. എറിയുന്ന കല്ലുകൾ ശരീരത്തിൽ

വലിയ ഊക്കോടുകൂടി വന്നു തട്ടുകയില്ല. ചില കല്ലുകൾ ശരീരത്തിൽ മുട്ടിയെന്നു തോന്നത്തക്ക വിധത്തിൽ അടുത്തു വീഴും. ഇങ്ങനെ രണ്ടും മൂന്നും നാഴിക ഇടവിട്ട് കല്ല് വീഴുന്നുണ്ട്.

ഇനി കല്ലെറിയുമ്പോൾ ആവട്ടെ എന്നും അന്ന് പരിഹാരമുണ്ടാക്കാമെന്നുമായി ഗുരു. രണ്ടാമതു വീണ കല്ലുമായി അവർ എത്തി. ഗുരു കല്ലിൽ ചുണ്ണാമ്പുകൊണ്ട് അടയാളമിട്ട് ഈ കല്ല് പടിഞ്ഞാറെകരയിലെ കാട്ടിൽകൊണ്ടുപോയി ശക്തമായി എറിഞ്ഞാൽ കാര്യം മനസ്സിലാവുമെന്ന് പറഞ്ഞു. ചാത്തനാണ് കല്ലെറിയുന്നത് എന്ന് നല്ല ഉറപ്പുണ്ടെങ്കിൽ മാത്രം ഈ പ്രവൃത്തി നടത്തിയാൽ മതിയെന്ന് മുന്നറിയിപ്പും നൽകി.

എറിഞ്ഞ കല്ല് കുറേ സമയം കഴിഞ്ഞ്, ചെരിവായതിനാൽ തിരികെവരികയാണെന്ന് സ്ത്രീയ്ക്ക് ബോധ്യപ്പെട്ടു. 'ഏതായാലും പറഞ്ഞാൽ കേൾക്കുന്ന ചാത്തനാണ് കല്ലെറിയുന്നത്' എന്ന് ചിരിയോടെ ഗുരു പറഞ്ഞു.

വായിൽ പല്ലില്ലാത്ത ഒരാൾ മുത്തപ്പൻതുള്ളൽ നടത്തിക്കൊണ്ടിരിക്കുകയാണ്. ഗുരു ഒന്നു മന്ദഹസിച്ചു. 'എന്താ പരിഹസിക്കുകയാണോ? എന്നെ നിങ്ങൾക്കറിയില്ല എന്റെ ശക്തി കാണണോ?' എന്നായി മുത്തപ്പൻ. 'ഏയ് വേണ്ടാ, ആ വായിൽ പല്ലൊന്നു കണ്ടാൽ കൊള്ളാം.' എന്നായിരുന്നു ഗുരുവിന്റെ മറുപടി. കാണികൾ മാത്രമല്ല മുത്തപ്പനും പൊട്ടിച്ചിരിച്ചുപോയി....

ഒരു ദിവസം രാത്രി. ഗുരുദേവൻ കിടപ്പിലായിരുന്നു. നോക്കിയപ്പോൾ പരിചരിക്കുന്ന ആരെയും കണ്ടില്ല. 'അയ്യോ അയ്യോ' എന്ന് ഗുരു വിളിച്ചു. കരച്ചിൽ കേട്ട് രാമൻ ഓടിവന്നു. രാമൻ എന്തുചെയ്യണമെന്നറിയാതെ കരയാൻ തുടങ്ങി, 'രാമൻ കരയുകയാണോ? രാമാ രാമൻ ഒന്നും ചെയ്തു തരേണ്ട ഞാൻ വെറുതെ വിളിച്ചതല്ലേ? ധർമ്മസ്വത്തുക്കൾ അനുഭവിക്കുന്ന മറ്റ് സന്ന്യാസിമാരല്ലേ എന്നെ പരിചരിക്കേണ്ടത്.' എന്ന മറുപടിയിൽ എല്ലാം ഉണ്ട്. ശാസനയല്ല മറിച്ച് ബോധ്യപ്പെടുത്തൽ ആണ് ഗുരുവിന്റെ രീതിയെന്ന് ഇവിടെ തെളിയുന്നു. നിത്യജീവിതത്തിന്റെ സാധാരണസന്ദർഭങ്ങളിൽപ്പോലും സ്വകീയമായ ഒരു ശൈലി അവലംബിക്കുവാൻ ശ്രദ്ധിക്കുന്നതുകൊണ്ടു കൂടിയാവണം അവർ മഹാൻമാരെന്നറിയപ്പെടുന്നത്.

തീർത്ഥാടകർ രുദ്രാക്ഷം ധരിക്കണോ എന്ന ചോദ്യത്തിന് ഗുരു നൽകിയ മറുപടി രസകരമാണ്. സന്ന്യാസത്തെക്കുറിച്ചുള്ള തന്റെ സങ്കൽപമെന്താണെന്ന് വ്യക്തമാക്കുന്ന മറുപടിയാണത്.

ശിഷ്യൻ : ഗുരോ രുദ്രാക്ഷം ധരിക്കണോ?

ഗുരു : വേണ്ടാ, രുദ്രാക്ഷം അരച്ചു പച്ചവെള്ളത്തിൽ കുടിക്കുന്നതു നന്നായിരിക്കും. ഗുണമുണ്ടാവാതിരിക്കില്ല!

അക്കാലത്ത് ആഢ്യകുടുംബങ്ങളിലുള്ളവർക്ക് ക്ഷൗരം ചെയ്തുകൊടുക്കാൻ പ്രത്യേകമായി ക്ഷുരകന്മാർ ഉണ്ടായിരുന്നു. യുവാക്കന്മാരിൽ ചിലർ ഇത് അനുവർത്തിക്കാതെ സ്വന്തമായി ഉപകരണമുപയോഗിച്ച് ക്ഷൗരം ചെയ്യാൻ തുടങ്ങിയപ്പോൾ കാരണവന്മാർ എതിർത്തു. പ്രശ്നം ഗുരുവിന്റെ ചെവിയിലെത്തി. യുവാക്കന്മാർ ക്ഷുരകന്മാരെക്കൊണ്ട് ചെയ്യിക്കുന്നില്ലെന്നും ഇത് ശരിയല്ലെന്നും യുവാക്കളെ ഇതിൽനിന്ന് പിന്തിരിപ്പിക്കണമെന്നും കാരണവന്മാർ ഗുരുവിനോടു പറഞ്ഞു. ഗുരു അവരോട് ചോദിച്ചു: 'യുവാക്കൾ സ്വന്തമായിത്തന്നെയല്ലേ ക്ഷൗരം ചെയ്യുന്നത്?' കൂടിനിന്നവർ ചിരിച്ചപ്പോൾ നാട്ടുപ്രമാണിക്ക് തന്റെ പൊള്ളത്തരം മനസ്സിലാക്കാനുള്ള സന്ദർഭമായി അത്.

മറ്റൊരിക്കൽ ശിഷ്യർ ഗുരുവിനോട് ചോദിച്ചു, മരണാനന്തരം ഗുരുവിന്റെ ശരീരം എന്തുചെയ്യണമെന്ന്? 'ചക്കിലിട്ടാട്ടി തെങ്ങിന്റെ മൂട്ടിൽ ഇടുക.' എന്നായി മറുപടി. ശിഷ്യർ ഞെട്ടി. അങ്ങനെ ചെയ്യാമോ എന്നവർ ചോദിച്ചു. 'എന്താ മൃതദേഹത്തിന് വേദനിക്കുമോ?' എന്നായിരുന്നു ഗുരുവിന്റെ മറുചോദ്യം.

ഗുരുവിന് സ്മാരകം നിർമിക്കുകയാണെങ്കിൽ അതെങ്ങിനെയായിരിക്കണമെന്ന് അദ്ദേഹത്തോടു തന്നെ ശിഷ്യർ ചോദിച്ചത്രെ. ഇതായിരുന്നു മറുപടി 'സ്മാരകമോ! നമുക്കോ - കൊള്ളാമല്ലോ ഒരു പുന്നമരം നട്ടു വളർത്തുന്നതു നന്ന്'!'

ഗുരുവിന്റെ കൃതികളെല്ലാം തന്നെ ആത്മീയോൽക്കർഷത്തിന്റെ പ്രസാദമാധുര്യം ഉൾക്കൊള്ളുന്നു. മനുഷ്യനെ വെളിച്ചത്തിലേക്കും നൻമയിലേക്കും നയിക്കുന്നവയാണവ. ഇരുളടഞ്ഞ ജീവിതത്തിനു മുന്നിലിരുന്നുകൊണ്ട് വായിക്കുമ്പോൾ പുതിയ പ്രകാശം അവ തെളിയിച്ചുതരും. സത്യവും അറിവും ആനന്ദവും സൗന്ദര്യവും വിടെ സമന്വയിക്കുന്നു.

പൊട്ടിച്ചിരിക്കാനായിരുന്നില്ല ഗുരുദേവൻ ഈ ഫലിതങ്ങൾ പറഞ്ഞത് എന്നിടത്താണ് അവ വെറും നർമങ്ങൾ അല്ലാതാവുന്നത്.

○○

പതിനഞ്ച്
ഗുരുസാഹിത്യം

ഗുരുവിൽ ഒരു കവി ഒളിച്ചിരിപ്പുണ്ടായിരുന്നു. അലൗകികമായ ഭാഷാസിദ്ധിയോടെ കാവ്യകലയെ ഉപാസിച്ച വ്യക്തിയാണ് നാരായണഗുരു. മലയാളത്തിലും തമിഴിലും സംസ്കൃതത്തിലുമായി 58 കൃതികൾ ഗുരു രചിച്ചു. ഗുരുദേവകൃതികളിൽ ആദ്യത്തേത് 'വിനായകാഷ്ടക'മാണ്. വിഘ്നേശ്വരനെ സ്തുതിക്കുന്ന രീതിയിലാണിതെഴുതപ്പെട്ടിരിക്കുന്നത്.

'ദൈവദശക'മെന്ന സാഹിത്യകൃതിയിൽ ദൈവത്തെ നിർവചിക്കുന്നതു കാണുക:

അന്നവസ്ത്രാദി മുട്ടാതെ
തന്നു രക്ഷിച്ചു ഞങ്ങളെ
ധന്യരാക്കുന്ന നീയൊന്നു
തന്നെ ഞങ്ങൾക്കു തമ്പുരാൻ

അന്നവും വസ്ത്രവും തന്നു രക്ഷിക്കുന്നത് ആരാണോ അദ്ദേഹത്തെയാണ് ദൈവമെന്നു വിളിക്കേണ്ടതെന്ന നിർവചനം മനുഷ്യജീവിതത്തിന്റെ ഭൗതികാടിസ്ഥാനത്തിന് ഗുരു നൽകുന്ന സ്ഥാനം വ്യക്തമാക്കുന്നു.

അനേകം സ്തോത്രരചനകൾ ഗുരുവിന്റേതായിട്ടുണ്ട്. ഈശ്വര സങ്കീർത്തനമാണ് സ്തോത്രകൃതികളുടെ ലക്ഷ്യം. അന്ന് നിലനിന്നിരുന്ന നീചമായ ഈശ്വരാരാധന പുതുക്കുവാനാണ് അദ്ദേഹം ശ്രമിച്ചത്. അതിനാൽ ഈശ്വരാരാധനയും ശുദ്ധഹിന്ദുമതത്തിന്റെ സഗുണനിർഗുണ തത്ത്വങ്ങളേയും പ്രചരിപ്പിക്കുക പ്രത്യേക ഉദ്ദേശ്യമായിരുന്നു. സദ്ഗുണാരാധനയ്ക്ക് സഹായമാകുന്ന വരികളാണ് അദ്ദേഹത്തിന്റേത്. സനാതനസങ്കൽപങ്ങളുടെ മഹസ്സാണ് ആ കവിതകളിൽ ഉള്ളടങ്ങിയിരിക്കുന്നത്. പാപനാശനത്തിന് ആത്മജ്ഞാനം നേടണമെന്ന് സ്വന്തം രചനകളിലൂടെ അദ്ദേഹം

പറഞ്ഞുവച്ചു. ലൗകികതയിൽ അഭിരമിക്കുന്ന മനസ്സിനെ ഈശ്വര നിലേക്ക് തിരിച്ചുവിടുന്നതിലൂടെ സാംസ്കാരികതയുടെ മഹത്തായ ശക്തിവിശേഷമാണ് ഗുരു പ്രസരിപ്പിക്കുന്നതെന്ന് വിലയിരുത്തപ്പെട്ടു. 'മലയാളഭാഷയിൽ ഉപനിഷദ്സത്യമായ അദ്വൈതത്തെ സമഗ്രമായി പ്രതിപാദിക്കുന്ന മറ്റൊരു ചെറുകൃതി ഇല്ലതന്നെ. പത്തുശ്ലോകങ്ങളിൽ സിദ്ധാന്തങ്ങളും സാധനകളും സാക്ഷാത്കാരവും അനുഭൂതി മാധുര്യത്തോടെ സമഞ്ജസമായി സമ്മേളിക്കുന്നു.' (ജി. ബാലകൃഷ്ണൻനായർ)

'നരനും നരനും തമ്മിൽ
സാഹോദര്യമുദിക്കണം
അതിന്നു വിഘ്നമായുള്ള
തെല്ലാമില്ലാതെയാകണം'

മനുഷ്യനും മനുഷ്യനും പരസ്പരം സഹോദരഭാവത്തോടെ ജീവിക്കണം. ഇതിന് വിഘ്നമായി വരുന്നതെന്തൊക്കെയാണോ അതെല്ലാം ഇല്ലാതെയാക്കുവാനായി വേണം സമുദായപ്രവർത്തകൻ പ്രവർത്തിക്കേണ്ടത്.

ഗുരുദേവന്റെ കൃതികളിൽ ഏറ്റവും കൂടുതൽ സ്വീകരിക്കപ്പെട്ട കൃതിയാണ് 'ആത്മോപദേശ ശതകം.' നൂറുപദ്യങ്ങൾ ഉൾക്കൊള്ളുന്ന ഈ ഗ്രന്ഥം കേരളത്തിന്റെ ഭഗവദ്ഗീതയെന്നറിയപ്പെട്ടതിൽ അത്ഭുതമില്ല. ആത്മോപദേശശതകം പ്രസിദ്ധീകരിച്ച വേളയിൽ കുമാരനാശാൻ അതേക്കുറിച്ചെഴുതി 'ഭാഷ ശുദ്ധമലയാളവും രചന അതിമനോഹരവുമായിരുന്നാലും സ്വാമികളുടെ അർത്ഥകൽപനയിൽ പലപ്പോഴും കാണാറുള്ള ഒരു ദുരൂഹതയിൽ നിന്ന് ഈ ശതകവും തീരെ വിമുക്തമല്ല. അതുകൊണ്ട് സാധാരണക്കാരായ വായനക്കാർക്ക് ആദരണീയമായും ഏറെക്കുറെ ആസ്വാദ്യമായിരിക്കാമെങ്കിലും ഉപയുക്തമാവാൻ പ്രയാസമുണ്ട്. ഒരു വ്യാഖ്യാനത്തിൽ ആ വൈഷമ്യം കുറേ ലഘൂകരിക്കാപ്പെടാവുന്നതാണ്.'

ഗുരുദേവൻ ആത്മീയാന്വേഷണവുമായി അലഞ്ഞു നടന്ന കാലത്ത് എഴുതിയ രചനകളെല്ലാം ഭക്തിമാർഗത്തിന്റെ വെളിച്ചം പകരുന്നു.

'കാളീനാടക'മെന്ന രചന ദേവിയോടുള്ള പ്രാർത്ഥനാരൂപത്തിലാണ് എഴുതിയിട്ടുള്ളത്. 'ദർശനമാല' എന്ന കൃതിയാകട്ടെ ദാർശനിക ഗൗരവത്താൽ മികച്ചു നിൽക്കുന്നു. ആലുവയിൽ സംസ്കൃത വിദ്യാലയം ആരംഭിച്ച് രണ്ടുകൊല്ലം കഴിഞ്ഞശേഷം വേദാന്തം പഠിക്കുന്ന കുട്ടികളുടെ ആവശ്യത്തിന് സംസ്കൃതത്തിൽ ഒരു ഗ്രന്ഥം

കൽപ്പിച്ചു രചിക്കണമെന്ന് വിദ്യാനന്ദസ്വാമികൾ അഭ്യർത്ഥിച്ചതനുസരിച്ചാണ് ഗുരുദേവൻ ദർശനമാല രചിച്ചതെന്ന് മൂർക്കോത്ത് കുമാരൻ രേഖപ്പെടുത്തുന്നു.

ദത്താപഹാരം എന്ന കവിതയിൽ സരളമായ വാക്കുകൾകൊണ്ട് വലിയ ജീവിതത്ത്വം വെളിവാക്കുന്നു.

'ഒന്നുണ്ടു നേരു നേരല്ലി-
തൊന്നും മർത്ത്യർക്കു സത്യവും
ധർമ്മവും വേണമായുസ്സും
നിൽക്കുകില്ലാർക്കുമോർക്കുക.'

സത്യം, ധർമ്മം, ആയുസ്സ് എന്നിവ ചിരസ്ഥായിയാണെന്ന് കരുതാനാവില്ല എന്ന് കവി അഭിപ്രായപ്പെടുന്നു.

അരുവിപ്പുറം പ്രതിഷ്ഠക്കുശേഷം രചിച്ച കവിതകൾക്ക് ധാർമികമായ അർത്ഥതലം ഏറെയാണ്. സാമൂഹികശോകം കണ്ടെടുത്ത വാൽമീകിയാണ് ഗുരുവെന്ന് വാഴ്ത്തപ്പെട്ടിട്ടുണ്ട്. ബ്രാഹ്മണ്യകിരാതത്വത്തിന്റെ അസ്ത്രമേറ്റ് പിടഞ്ഞുവീണ എണ്ണമറ്റ അശരണരായ മനുഷ്യരൂപങ്ങളാണ് ഗുരു മുന്നിൽ കണ്ടത്. ശാപത്തേക്കാൾ തീക്ഷ്ണവും ദൃഢവുമായ പ്രതികരണമായിരുന്നു അത്. സാമൂഹിക പുരോഗതിയുടെ അനിവാര്യത ഈ കൃതികൾ ബോധ്യപ്പെടുത്തി. 'ഒരു ജാതി ഒരു മതം ഒരു ദൈവം മനുഷ്യന്' എന്ന വരികൾ കേരളസമൂഹത്തിന്റെ ഉണർത്തുപാട്ടായി ഇന്നും നിലനിൽക്കുന്നു. 'ജാതിലക്ഷണം' എന്ന കൃതിയുടെ ജാതിയുടെ അർത്ഥശൂന്യത വ്യക്തമാക്കുന്നു.

ജീവിതത്തിൽ അനുകമ്പയുടെ സ്ഥാനമെന്തെന്ന് വ്യക്തമാക്കുന്ന കവിതയാണ് 'അനുകമ്പാദശകം.' സഹജീവികളോടുള്ള കാരുണ്യം കൊണ്ടാണ് മനുഷ്യന് ആത്മീയാർത്ഥം ഉണ്ടാവുകയെന്ന് 'ജീവകാരുണ്യപഞ്ചക'ത്തിൽ പറയുന്നു.

വിജയകരമായ ദാമ്പത്യത്തിനു പിന്നിൽ ധർമ്മനിഷ്ഠമായ സ്ത്രീയായിരിക്കുമെന്നു പ്രഖ്യാപിക്കുകയാണ് 'ഭാര്യാധർമ്മം.' മോക്ഷസാധകമാണ് സത്യമെന്ന് 'ബ്രഹ്മവിദ്യാപഞ്ചക' ത്തിൽ സ്ഥാപിക്കുന്നു. ബ്രഹ്മത്തിന്റെ മാഹാത്മ്യത്തെക്കുറിച്ച് ചിന്തിക്കുന്ന കവിതയാണ് 'ചിജ്ജഡചിന്തകം'. 'ദൈവചിന്തന'ത്തിൽ ദുർദേവതകളെ ഒഴിവാക്കി ശുദ്ധദൈവങ്ങളെ ആരാധിക്കേണ്ടതിന്റെ പ്രാധാന്യം എടുത്തുപറയുന്നു. ബ്രഹ്മജ്ഞാനിയാകുന്നതെങ്ങിനെയെന്ന് ഗുരു വിവരിക്കുന്നു. 'സൽപ്രവർത്തികളിൽ മുഴുകി സൻമാർഗചാരികളായി ശുദ്ധാപചാരങ്ങളോടുകൂടി ശുദ്ധദൈവങ്ങളെ ഭജിച്ച്

പ്രസാദിപ്പിക്കുകയാണു വേണ്ടത്. അപ്പോൾ ഇവരുടെ അനുഗ്രഹത്താൽ നമുക്ക് ഐഹിക സുഖങ്ങൾ ആവോളം ആസ്വദിക്കുന്നതിനും ആത്മസംതൃപ്തി കൈവരിച്ചതിനുശേഷം ഒടുവിൽ ഭോഗങ്ങളിൽ വിരക്തിവന്ന് ബ്രഹ്മജ്ഞാനിയാകുന്നതിനും സംഗതി വരുന്നതാണ്.' ആധ്യാത്മികതയുടെ ലാവണ്യാനുഭൂതി പ്രചരിപ്പിക്കുന്നവയാണ് ഗുരുവിന്റെ കവിതകൾ.

ഈശാവാസ്യോപനിഷത്തും തിരുക്കുറളും ഏറെ സ്വാധീനിച്ചതിനാൽ അവ വ്യാഖ്യാനത്തോടെ മലയാളത്തിലേക്ക് അദ്ദേഹം പരിഭാഷപ്പെടുത്തി. ശൈവസന്ന്യാസിമാരായ നായനാർമാരുടെ ഉദാത്തരചനയുടെ മാതൃകയിൽ ഗുരു എഴുതിയ 'തേവാരപ്പതികങ്ങൾ' അദ്വൈതദർശനത്തിന്റേയും ഉത്തമഭക്തിയുടെയും നേർസാക്ഷ്യങ്ങളാകുന്നു.

'എല്ലാവുയിരും നിന്നുരുവെല്ലാവുടലും നീ
രെല്ലാവുലകും നിൻകളിയല്ലാതവൈയില്ലൈ
പൊല്ലാതനവെല്ലാം പൊടിചെയ്താണ്ടരുൾ പൂവീർ
പല്ലാരുയിരാളും പരതേവേ ചുരകോവേ'

ഗുരുവിന്റെ കൃതികൾ എല്ലാംതന്നെ ആത്മീയോത്കർഷത്തിന്റെ പ്രസാദമാധുര്യം ഉൾക്കൊള്ളുന്നു. മനുഷ്യനെ വെളിച്ചത്തിലേയ്ക്കും നന്മയിലേയ്ക്കും നയിക്കുന്നവയാണവ. ഇരുളടഞ്ഞ ജീവിതത്തിനു മുന്നിലിരുന്നുകൊണ്ട് വായിക്കുമ്പോൾ പുതിയ പ്രകാശം അവ തെളിയിച്ചുതരും. സത്യവും അറിവും ആനന്ദവും സൗന്ദര്യവും അവിടെ സമന്വയിക്കുന്നു.

○○

പതിനാറ്
മഹാസമാധി

ജീവിതസായാഹ്നത്തിൽ കടുത്ത ഏകാന്തത ഗുരുവിന് അനുഭവപ്പെട്ടു. ഏറെനേരം മൗനമായിരിക്കുകയും മുറിയടച്ചിരിക്കുകയും ചെയ്യും. വ്യക്തിപരമായ വേദനയായി പക്ഷേ ഒന്നിനെയും ഗുരു കണക്കാക്കിയില്ല. ആയുസ്സും വപുസ്സും ആത്മതപസ്സും ബലിയർപ്പിച്ച് ഗുരുവിന്റെ ഏകലക്ഷ്യം 'അയലു തഴപ്പിക്കുക' മാത്രമായിരുന്നുവെന്ന് ജീവചരിത്രകാരന്മാർ ചൂണ്ടിക്കാണിക്കുന്നു. എം.കെ. സാനു എഴുതുന്നത് ശ്രദ്ധിക്കുക: 'എല്ലാ മഹാത്മാക്കളും ആത്മാവിൽ ഏകാകിയാണ്. ജനക്കൂട്ടത്തിന്റെ മധ്യത്തിലും അവരുടെ ഏകാന്തതാഭാവം ഉയർന്നുതന്നെ നിൽക്കുന്നു. തങ്ങൾ ഭിന്നരാണെന്ന ബോധത്തോടെ സ്വന്തം ഏകാന്തമാർഗത്തിലൂടെ ജീവിതയാത്ര തുടരുകയെന്നതാണ് വിധി. ആ യാത്രയിൽ ശോകഭാവമുണ്ടോ? ഉണ്ടായിരിക്കാം. നമുക്കറിഞ്ഞുകൂടല്ലോ. എങ്കിലും ആ ശോകഭാവത്തിനുപോലും അതിൻറേതായ ഔൽകൃഷ്ട്യമുണ്ട്. ഒന്നോർത്താൽ ഔൽകൃഷ്ട്യത്തിന്റെ സഹജഭാവമാണ് ശോകഭാവമെന്നും പറയാം. കൂടുതൽ ഉൽകൃഷ്ടമാവുന്തോറും നിങ്ങളുടെ വ്യഥയുടെ അളവും ഏറിനിൽക്കും എന്ന് സ്വാമിവിവേകാന്ദൻ ഒരിക്കൽ പറഞ്ഞത് ഇക്കാര്യം ശരിക്കറിഞ്ഞുകൊണ്ടുതന്നെയാണ്.'

ഏകാന്തതയ്ക്കും അറുതിയുണ്ടാവുന്നു. ഏകാന്തത അവസാനിക്കുകയാണ്. മഹത്തായ ഏകാന്തതയിലേക്ക് ഗുരു നടന്നടുക്കാൻ പോവുകയാണ്. ഒരിക്കൽ ചെറിയൊരസുഖം വന്നപ്പോൾ ശിഷ്യർ അസ്വസ്ഥരായി. ഗുരുവിന് അസുഖമോ എന്നവർ അത്ഭുതപ്പെട്ടപ്പോൾ 'ശരീരം തന്നെയല്ലെയോ' എന്നായിരുന്നു മറുപടി. രോഗം വരുന്നത് ശരീരത്തിൽ മാത്രമാണ് എന്നുകൂടിയാണ് ഗുരു ഉദ്ദേശിച്ചത്.

1928 ആവുമ്പോഴേക്ക് ഗുരുവിന് പലതരത്തിലുള്ള രോഗങ്ങൾ

പിടിപെടാൻ തുടങ്ങി. അതിസാരമാണ് അക്കാലത്ത് കൂടുതൽ പിടിപെട്ടത്. ആന്ത്രരോഗവും ശല്യപ്പെടുത്താൻ തുടങ്ങി. വൈക്കത്തുവച്ച് രോഗം കലശലായപ്പോൾ ആലുവയിലേക്ക് ചെന്ന് ചികിത്സ നടത്തി. വിശ്രമം അനിവാര്യമെന്നു ഡോക്ടർമാർ പറഞ്ഞെങ്കിലും ആലുവയിൽ ആളുകൾക്ക് ദർശനം നൽകുന്നതിൽ ഗുരു സന്തോഷം കണ്ടെത്തി.

അന്നേരവും 'രോഗം ശരീരത്തിനല്ലെയോ' എന്ന ചോദ്യത്തെ സാധൂകരിക്കും വിധത്തിൽ ഗുരുവിന്റെ മുഖത്ത് വലിയ പ്രസന്നത കളിയാടിയിരുന്നു. മദിരാശിയിൽ നിന്നും വിദഗ്ധ ഡോക്ടർമാർ എത്തി. അവിടെ കൊണ്ടുപോയി ചികിത്സിക്കണമെന്ന് പറഞ്ഞതനുസരിച്ച് മദിരാശിയിലേക്ക് പോയി. തുടർന്ന് ഗുരുവിന്റെ ഇഷ്ടപ്രകാരം പാലക്കാട്ടേക്കു കൊണ്ടുവന്ന് ആയുർവേദചികിത്സ ആരംഭിച്ചു. അധികം വൈകാതെ സമാധിയെക്കുറിച്ച് ഗുരുദേവൻ സൂചിപ്പിച്ചു. ശിഷ്യന്മാർക്കത് വിശ്വസിക്കാനായില്ല. ശിഷ്യരും ഭക്തജനങ്ങളും ഗുരുവിന്റെ പരിചരണകാര്യത്തിൽ പ്രത്യേകം ശ്രദ്ധിച്ചു. ഗുരുദേവന്റെ താൽപര്യമനുസരിച്ച് 'ഈശാവാസ്യോപനിഷത്തും' 'ദൈവദശകവും' ശിഷ്യന്മാർ ഉറക്കെ പാരായണം ചെയ്യുമായിരുന്നു. അതുകേട്ടു കിടക്കുക ഗുരുവിന് പ്രിയമുള്ള സംഗതിയായിരുന്നു.

1928 സെപ്തംബർ 20 രാവിലെ മുതൽ ചനുപിനെ മഴ പെയ്ത് അന്തരീക്ഷം മൂടിക്കെട്ടിയിരിക്കുന്നു. എന്നാൽ ഗുരുവിന്റെ മുഖകാന്തിക്ക് ഒരു കുറവുമില്ല. 'ദൈവദശകം ഒന്നുകൂടി വായിക്കൂ...' ബോധാനന്ദസ്വാമികളോട് ഗുരു കൽപിച്ചു. അദ്ദേഹം പതിഞ്ഞതാളത്തിൽ ദൈവദശകം ചൊല്ലിത്തുടങ്ങി. അവസാനശ്ലോകവും തീർന്നു. അതാ... ഗുരുവിന്റെ കണ്ണുകൾ താനേ അടയുന്നു....

ഡോ. പൽപു ഗുരുവിന്റെ മരണാനന്തരം ഇങ്ങനെ പറഞ്ഞു:-

'സ്വാമി സമാധി അടഞ്ഞു എന്നു നാം വിചാരിക്കുന്നുണ്ടെങ്കിലും ആ മഹാത്മാവു നമ്മുടെ ഇടയ്ക്കു തന്നെയുണ്ട്. സൂര്യൻ അസ്തമിക്കുമ്പോൾ അത് മറഞ്ഞുപോയതായി നാം കാണുന്നു. അത് എന്നാൽ എവിടെയും മറയുന്നില്ല. അതു പ്രകാശിച്ചുകൊണ്ട് തന്നെ ഇരിക്കുന്നു. അതു വീണ്ടും വന്നു നമുക്ക് വെളിച്ചം തരികയും ചെയ്യുന്നു. അതുപോലെയാണ് സ്വാമി.'

'ഗുരുസ്മരണകൾ' എഴുതിയ കെ. ആർ. തിരുനിലത്ത് ദശകങ്ങൾക്കുമുമ്പ് ഗുരുവിന്റെ പ്രാധാന്യം ഇങ്ങനെ വിലയിരുത്തി:

'ജാതി ചിന്തകളും മതപ്പോരുകളും സാമുദായിക ജീവിതത്തിൽ വീണ്ടും ശക്തി പ്രാപിക്കുകയും അത് സാംസ്കാരിക രാഷ്ട്രീയമ

ണ്ഡലങ്ങളിലേക്കുകൂടി വ്യാപിക്കുകയും ചെയ്തിരിക്കുന്നു. ജാതി ചാതുർവർണ്യത്തിനുപുറമെ രാഷ്ട്രീയചാതുർവർണ്യവും കൂടി ശക്തി പ്രാപിച്ചിരിക്കുന്നു. ഇന്ത്യയെ വിദേശാധിപത്യത്തിലും അസമത്വത്തിലും വിധേയമാക്കി, ചൂഷണത്തിനും മർദനത്തിനുമുപാധിയാക്കി മനുഷ്യജീവിതമിവിടെ മഹാശാപമാക്കിത്തീർത്ത ജാതിചിന്തയുടെ ഉയിർത്തെഴുന്നേൽപ്പ് ഭാരതത്തെ വീണ്ടും തീരാകളങ്കത്തിലേക്കും അസ്വാതന്ത്ര്യത്തിലേക്കും അസമത്വത്തിലേക്കും അടിമത്തത്തിലേക്കുമാണ് നയിക്കുക. ഇത്തരമൊരു സാഹചര്യത്തിൽ ശ്രീനാരായണപ്രസ്ഥാനത്തിന്റെ പുനരുദ്ധാനം ആവശ്യമായിരിക്കുന്നു.'

ഇനി അദ്ദേഹത്തിന്റെ കൃതികളും ചിന്തകളും മാത്രമാണ് ബാക്കി. അതാണ്, അതുമാത്രമാണ് നമ്മെ മുന്നോട്ടു നയിക്കാനുള്ളത്. മഹത്തായ ചിന്തയുടെയും ഉന്നതമായ മൂല്യത്തിന്റെയും രൂപത്തിൽ അദ്ദേഹം നമുക്കിടയിൽതന്നെ ജീവിച്ചിരിക്കുന്നു.

○○

അനുബന്ധം

ശ്രീനാരായണഗുരുവിന്റെ ജീവിതത്തിന്റെ നാൾവഴികളെക്കുറിച്ച് ആലോചിച്ചാൽ താഴെ പറയുന്ന രീതിയിൽ ഒരു സംഗ്രഹം ലഭിക്കുന്നതായിരിക്കും. നാരായണഗുരുവിന്റെ ജനനവർഷം സംബന്ധിച്ച് സുനിശ്ചിതമായ രേഖകളുടെ അഭാവമുണ്ട്. പല തരത്തിലുള്ള അഭിപ്രായങ്ങളാണ് അതേക്കുറിച്ചുള്ളത്. 1854-ലാണ് ജനനവർഷം എന്നു ചിലർ രേഖപ്പെടുത്തുന്നു. മറ്റുചിലർ 1855 എന്നും ഈ രണ്ടു പക്ഷവുമല്ലാതെ, ഇനിയൊരു കൂട്ടർ 1856 ആണെന്നു പറയുന്നു. അതിൽ 1855 ആണ് ശിവഗിരി മഠം അംഗീകരിച്ചിട്ടുള്ള നാരായണ ഗുരുവിന്റെ ജനനവർഷം, അങ്ങനെ ജനനവർഷത്തിന്റെ കാര്യത്തിൽ പല നിരയിലുള്ള തർക്കങ്ങൾ നിലവിലുണ്ടെങ്കിലും 1877 ആയപ്പോഴേക്കും ഗുരുകുല സമ്പ്രദായത്തിലുള്ള അദ്ദേഹത്തിന്റെ ഉപരിപഠനം പൂർത്തിയായതായി ഏവരും സമ്മതിക്കുന്നുണ്ട്. 1882-ൽ അദ്ദേഹം വിവാഹിതനാകാൻ നിർബന്ധിതനായി. വിവാഹം എന്നതിനെ വിശേഷിപ്പിക്കാനാകുമോ എന്നറിയില്ല. ഏതാനും നാളുകൾ മാത്രം നീണ്ടു നിന്ന ഒരു നിർബന്ധിത ബന്ധമായിരുന്നു അദ്ദേഹത്തിന്റെ വിവാഹം. 1885-ൽ നാരായണ ഗുരുവിന്റെ അച്ഛൻ മരണപ്പെട്ടു. 1888-ലാണ് നാരായണഗുരുവിന്റെ ഏറ്റവും പ്രശസ്തമായ അരുവിപ്പുറം ശിവപ്രതിഷ്ഠ നടന്നത്.

അരുവിപ്പുറത്ത് ഒരു കല്ലെടുത്ത് ശിവനെ പ്രതിഷ്ഠിച്ചു കൊണ്ട് അക്കാലത്തെ ബ്രാഹ്മണമേധാവിത്വത്തെ മാനവികത കൊണ്ടു പ്രതിരോധിക്കുകയാണ് നാരായണ ഗുരു ചെയ്തത്. എന്റേത് ഈഴവശിവനാണ് എന്നദ്ദേഹം പറഞ്ഞു. അതിലൂടെ അദ്ദേഹം ഉദ്ദേശിച്ചത് തന്റെ ജാതിയിലെ ദൈവത്തെ താൻ പ്രതിഷ്ഠിക്കുന്നു എന്നല്ല, മറിച്ച് അബ്രാഹ്മണനായ തനിക്കും ഈശ്വരനെ സൃഷ്ടിക്കാൻ കഴിയും എന്ന വിശ്വാസമാണ്. ബ്രാഹ്മണ്യത്തിന്റെ നെറികേടുകളോടുള്ളള വളരെ ശാന്തവും എന്നാൽ സ്ഫോടനാത്മകവുമായ

പ്രതിരോധമായിരുന്നു അത്. 1892-ൽ നാരായണഗുരു കുമാരനാശാനെ കണ്ടുമുട്ടുന്നുണ്ട്. കുമാരനാശാനുമായുള്ള അദ്ദേഹത്തിന്റെ സൗഹൃദം ആശാനിലെ വലിയ മനുഷ്യസ്നേഹിയേയും നാരായണഗുരുവിലെ മഹോന്നതമായ ഗുരുത്വത്തെയും കണ്ടെത്താൻ സഹായിക്കുന്നുണ്ട്. കുമാരനാശാൻ റഡിമീർ ബോട്ടപകടത്തിൽ കൊല്ലപ്പെടും മുൻപ് നാരായണ ഗുരുവിനെ കാണാൻ വരുന്നുണ്ട്. അവർ തമ്മിൽ നീണ്ട സംസാരമൊന്നും നടക്കുന്നില്ല. എന്നാൽ ആശാൻ മുറിയിൽ നിന്നും പോയപ്പോൾ എന്തൊക്കെയോ നഷ്ടം സംഭവിച്ചതായി ഗുരുവിന് അനുഭവപ്പെടുന്നുണ്ട്. 1898-ലാണ് അരുവിപ്പുറം ക്ഷേത്രയോഗം നാരായണ ഗുരു നടത്തുന്നത്. അത് സാമൂഹ്യമായുള്ള വലിയ മുന്നേറ്റമായിരുന്നു.

തന്റെ ആശയങ്ങളെ സംഘടനയിലൂടെ കേരളത്തിൽ അങ്ങോളമിങ്ങോളം പ്രചരിപ്പിക്കാൻ കഴിയും എന്നു വിശ്വസിച്ച നാരായണഗുരു 1903-ൽ ആണ് എസ്എൻഡിപി (സാധുജന പരിപാലന സംഘം) ആരംഭിക്കുന്നത്. തന്റെ സമുദായത്തിനകത്തെ അന്ധവിശ്വാസങ്ങളേയും അനാചാരങ്ങളേയും എതിർത്തു തോൽപ്പിക്കുകയും ഭാവികേരളത്തിനു വേണ്ടിയുള്ള ഒരു സാമൂഹ്യദർശനം മുന്നോട്ടു വെയ്ക്കുകയുമാണ് അതിലൂടെ നാരായണ ഗുരു ഉദ്ദേശിച്ചത്.1908-ൽ തലശ്ശേരിയിൽ അദ്ദേഹം ജഗന്നാഥ പ്രതിഷ്ഠ നടത്തുന്നുണ്ട്. 1913-ൽ ആലുവയിൽ അദ്ദേഹം അദ്വൈതാശ്രമം സ്ഥാപിക്കുന്നു. മൂന്നുവർഷത്തിനു ശേഷം, അതായത് 1916-ൽ ആണ് അദ്ദേഹത്തിന്റെ ഏറ്റവും പ്രശസ്തമായ 'നമുക്കു ജാതിയില്ല' എന്ന വിളമ്പരം അദ്ദേഹം നടത്തുന്നത്.

ജാതി വ്യവസ്ഥയുടെ അടിവേരറുക്കണം എന്നു കരുതിയ സാമൂഹ്യവിപ്ലവകാരിയായിരുന്നു നാരായണഗുരു. നമുക്കു ജാതിയില്ല എന്ന വിളമ്പരത്തിലൂടെ ഗുരു സ്ഥാപിച്ചെടുത്തത്, തന്റെ ജാതി, മനുഷ്യ ജാതിയാണ് എന്നാണ്. തന്റെ പ്രവർത്തനങ്ങൾ മനുഷ്യവർഗത്തിനു വേണ്ടിയുള്ളതാണ് എന്നാണ്. അതൊരു പക്ഷേ, കേരളത്തിലോ ഇന്ത്യയിലോ ഒതുങ്ങുന്നതല്ല, അതിർത്തികൾ ഇല്ലാത്ത മാനവസാഹോദര്യത്തെ ലക്ഷ്യം വയ്ക്കുന്നതാണ്. 1918-ലാണ് അദ്ദേഹം സിലോണിലേക്കു യാത്ര ചെയ്യുന്നത്. ആ യാത്രയും അദ്ദേഹത്തിന്റെ ആശയ ചക്രവാളം വികസിപ്പിക്കാൻ സഹായകമായിട്ടുണ്ട്. 1922-ൽ അദ്ദേഹം രവീന്ദ്രനാഥ ടാഗോറിനെ കണ്ടുമുട്ടുന്നു. ടാഗോറിലെ അപൂർവമായ വ്യക്തിത്വം അദ്ദേഹത്തെ ആകർഷിക്കുന്നുണ്ട്. നേരത്തേ കുമാരനാശാനുമായുള്ള ഗാഢസൗ

ഹൃദം പോലെതന്നെ രവീന്ദ്രനാഥ ടാഗോറുമായുള്ള സർഗാത്മക മായ സാഹോദര്യം നാരായണഗുരുവിന് തന്റെ ആശയത്തെ സ്ഫുടം ചെയ്തെടുക്കുന്നതിന് സഹായകമായിട്ടുണ്ട്.

1924-ൽ ആണ് ആലുവ സർവമത സമ്മേളനത്തിന് നാരായണ ഗുരു നേതൃത്വം വഹിക്കുന്നത്. 1925-ൽ ഗാന്ധിജി കേരളം സന്ദർ ശിക്കുമ്പോൾ അദ്ദേഹം നാരായണഗുരുവുമായി നടത്തുന്ന ഹ്രസ്വമെങ്കിലും ഗാഢമായ സംവാദം ചരിത്രത്തിൽ ഒരു അപൂർവ നിമിഷത്തെ സൃഷ്ടിക്കുകയായിരുന്നു. 1928-ൽ നാരായണഗുരു ഈ ലോകത്തോട് വിട പറഞ്ഞു. ഇങ്ങനെ നാരായണഗുരുവിന്റെ നാൾ വഴി പരിശോധിച്ചാൽ കേരളീയസമൂഹത്തിന്റെ എല്ലാ തരത്തിലു മുള്ള വളർച്ചക്കും ഉയർച്ചക്കും നാരായണഗുരുവിന്റെ വിവിധനില യിലുള്ള പ്രവർത്തനങ്ങൾ കാരണമായിട്ടുണ്ടെന്നു മനസ്സിലാക്കാം.

○○

www.ingramcontent.com/pod-product-compliance
Lightning Source LLC
LaVergne TN
LVHW042305051026
849519LV00012B/2788
* 9 7 8 9 3 9 1 0 8 5 9 3 3 *